அறுவடை

● அன்பார்ந்த வாசகருக்கு,

வணக்கம்.

காலச்சுவடு நூலை வாங்கியமைக்கு நன்றி.

நூலின் உள்ளடக்கம், உருவாக்கம், அட்டைப்படம் இன்ன பிற அம்சங்கள் பற்றிய உங்கள் கருத்துகளையும் ஆலோசனைகளையும் காலச்சுவடு வரவேற்கிறது. தகவல், எழுத்து, வாக்கியப் பிழைகள் தென்பட்டால் அவசியம் தெரிவித்து உதவுங்கள். நூல் தயாரிப்பில் கடும் குறைபாடு இருப்பின் மாற்றுப் பிரதி உங்களுக்குக் கிடைக்கக் காலச்சுவடு ஏற்பாடு செய்யும்.

மின்னஞ்சல்: **publisher@kalachuvadu.com**

காலச்சுவடு நாகர்கோவில் அலுவலகத்திற்குக் கடிதம் அனுப்பலாம்.

தங்கள்
எஸ்.ஆர். சுந்தரம் (கண்ணன்)
பதிப்பாளர் — நிர்வாக இயக்குநர்

Unauthorised use of the contents of this published book, whether in e-book or hardcopy format, for any type of Artificial Intelligence (AI) training — including but not limited to Machine Learning, Deep Learning, Natural Language Processing, Computer Vision, Chatbot Training, Image Recognition Systems, Recommendation Engines, and Language Models — is strictly prohibited without prior licensing from the publisher. Any such unauthorised use may result in legal action.

ஆர். ஷண்முகசுந்தரம்

அறுவடை

காலச்சுவடு பதிப்பகம்

அறுவடை ❖ குறுநாவல் ❖ ஆசிரியர்: ஆர். ஷண்முகசுந்தரம் ❖ முதல் பதிப்பு: 1960 ❖ காலச்சுவடு முதல் பதிப்பு: டிசம்பர் 2019, ஏழாம் பதிப்பு: நவம்பர் 2025 ❖ வெளியீடு: காலச்சுவடு பப்ளிகேஷன்ஸ் (பி) லிட்., 669, கே.பி. சாலை, நாகர்கோவில் 629001 ❖ கோட்டோவியங்கள்: கோபு ராசுவேல்

aruvadai ❖ Novelette ❖ Author: R. Shanmugasundaram ❖ Language: Tamil ❖ First Edition: 1960 ❖ Kalachuvadu First Edition: December 2019, Seventh Edition: November 2025 ❖ Size: Crown ❖ Paper: 18.6 kg maplitho ❖ Pages: 72

Published by Kalachuvadu Publications Pvt. Ltd., 669 K.P. Road, Nagercoil 629001, India ❖ Phone: 91-4652-278525 ❖ e-mail: publications@kalachuvadu.com ❖ Line Drawings: Gopu Rasuvel ❖ Printed at Adyar Students xerox Pvt. Ltd., No. 275 Habibullah Road, Triplicane high Road, Opp Triplicane Post Office, Triplicane, Chennai 600005

ISBN: 978-81-943956-5-2

11/2025/S.No. 930, kcp 6094, 18.6 (7) 1k

முன்னுரை

'நாகம்மாள்', 'பூவும் பிஞ்சும்', 'பனித்துளி' ஆகிய நாவல்களை எழுதிய பிறகு சுமார் ஒரு பத்து வருஷம் நான் அதிகமாக ஒன்றும் எழுதவில்லை. அநேகமாக எனது 'இலக்கியப் பணி'யையே நிறுத்திக்கொண்டேன் என்று கூடச் சொல்லலாம்! வாசக நேயர்கள் ஆவலுடன், "ஐயா! தாங்கள் தமிழுக்குத் தொண்டு புரியாததின் காரணம் என்னவோ?" என்று என்னிடம் கேட்கவில்லை. "தாங்கள் இவ்விதம் எழுத்து உலகினின்று ஒதுங்கி நிற்பதின் காரணம் யாதோ!" என்றும் விளக்கம் கோரவில்லை. உண்மையில் நான் ஏன் எழுதாமலிருந்தேன் என்று எனக்கே புரியவில்லை. ஆனால், இந்த மௌனத்தைக் கலைக்க ஒரே ஒரு உள்ளம் – ரொம்பப் பெரிய உள்ளம் – சந்தர்ப்பம் கிடைக்கிறபோதெல்லாம் சுட்டிக்காட்டிக் கொண்டேயிருந்தது. ஆங்கிலப் பத்திரிகைகளிலும், ரேடியோ விலும் தமிழ்ப் பத்திரிகைகளிலும், அன்பர்கள் மேடைகளிலும், இலக்கிய நண்பர்களிடை யிலும் எனது நாவல்களின் தரத்தை எடுத்து இயம்பிக்கொண்டேயிருந்தது. என்

நாவல்களைப் பற்றி நானே மறந்துவிட்டேன். போனால் போகிறதென்று 'இப்பேருள்ளம்' சும்மா விட்டுவிடக் கூடாதா? அதுதான் இல்லை! 'மயில் ஏன் தோகை விரித்து அழகாக ஆடாமலிருக்கிறது? முல்லை ஏன் மலர்ந்தது மணம் பரப்பாமலிருக்கிறது?' என்று ஓயாது கேட்டுவந்தது.

என் சிந்தனை வளத்தின் 'தடை' குறித்து என் மனைவி கூடக் கவலைப்படாத நிலையில் இந்த அதிசய உள்ளத்திற்கு இவ்வளவு அக்கறை இருக்கிறதே என்பதை எண்ண எண்ண எனக்கே 'ஒரு மாதிரியாக' இருக்கும். நெஞ்சமெலாம் நெகிழும்! உலக இலக்கியக் கடலுள் ஆழ்ந்து சதா சர்வகாலமும் பயனுள்ள சேவை செய்து வருகின்ற அந்த 'அதிசய உள்ளம்' க.நா.சு. அவர் களுடையது என்பதை நான் சொல்லாமலே தெரிந்துகொண் டிருப்பீர்கள். மீண்டும் நான் எழுத ஆரம்பித்த 'பாவம் பழி' எல்லாவற்றையும் அவர்மீது போடுவதாக யாரும் எண்ணிவிட வேண்டாம்.

வங்கமேதை சரத்சந்திர சட்டர்ஜிகூட இடையே சில வருஷங்கள் எழுதாமலிருந்தாராம். நானும் அவ்வித 'இடைநிலை' ஏற்படுத்திக்கொண்டிருந்ததைத் தகர்த்தெறிந்த புண்ணியவாளர் கா.நா.சு. அவர்கள்தான். வாழ்க அவரது தார்க்கோல்!

எழுத்தாளர்கள் வாழ்வு மலர்வதையே தம் குறிக்கோளாகக் கொண்ட சிந்தனையாளர் திரு. ஆர். வேங்கடராஜுலு. பாத்திகட்டி, நீர் பாய்ச்சிக் களைபிடுங்கிப் பயிராக்கி அறுவடையை உங்கள் கையில் சேர்த்துவிட்டார். அவருக்கு எனது இதயம் கலந்த நன்றி!

புதுமலர் நிலையம்
கோவை
15–9–60

ஆர். ஷண்முகசுந்தரம்

அறுவடை

பருத்திச் செடிகள் பூவும் பிஞ்சும் காய்களுடன் குலுங்கி நின்றன. தோட்டம் முழுவதும் பருத்தியும் சோளமும் பயிர் செய்யப்பட்டிருந்தன. கிணற்று மேட்டிலிருந்து பார்த்தால் பூமி தாழ்வாகப் போய் வேலியில் முடிவதைப் பார்க்கலாம். கிணற்று மேட்டிலிருந்து வாய்க்கால் ஓரத்தில் இருமருங்கிலும் தென்னம்பிள்ளைகள் வைத்துப் பயிராக்கப்பட்டிருந்தது. கிணற்று மேட்டுக்கு வடபுறமாக மாட்டுத் தொண்டுப்பட்டி யிருந்தது. நான்கு பக்கமும் கிழுவமுள்வேலி பலமாகக் காட்சி யளித்தது. வேலிக்குக் காவலாகச் சுற்றிலும் கொஞ்சம் இடம்விட்டு மலங்கிழுவ மரம் செழிப்பாக வளர்ந்திருந்தது. தொண்டுப் பட்டிக்குக் கீழப்புறமாகக் கொஞ்சதூரம் தள்ளித்தான் வீடும், அதைச் சுற்றி மதிற்சுவரும் எழுதப்பட்டிருந்தது. தூரத்திலிருந்து பார்த்தால் மதிற்சுவர் ஒரு பெட்டிபோலத் தோற்றமளிக்கும்.

வீடு முழுவதும் கருங்கல்லால் கட்டப் பட்டிருந்தது. முதலில் இந்த வீடு கட்ட ஆரம்பிக்கும்போது சின்னப்ப முதலியார்

சிமிண்டால்
கட்டுவதென்றுதான்
திட்டம் போட்டிருந்தார். யுத்த காலத்தில் சிமிண்டிற்கு வந்த கிராக்கியும், அதோடு அப்போது வெட்டிக்கொண்டிருந்த கிணற்றிலிருந்து கிடைத்த கருங்கல்லும் அவர் முடிவை மாற்ற வைத்தன. ஆனால், இப்படித்தான் வெளியார்கள் நினைத்துக் கொண்டிருந்தார்கள். காரணம் இதுவல்ல என்பது முதலியாருக்குத்தான் தெரியும். கறுப்பு மார்க் கட்டில் எத்தனை டன் வேண்டுமானாலும் சிமிண்ட் வாங்கலாமென்பது முதலியாருக்குத் தெரியாததல்ல. அதோடு இம்மாதிரி விஷயங்களிலெல்லாம் பணத்தை அவர் பணமென்றே பார்க்கக்கூடியவரும் அல்லர். இந்தக் காட்டைக் கிணறு வெட்டித் தோட்டம் ஆக்குவது என்று அவர் முடிவு செய்தது அதிக உணவு உற்பத்தி செய்யவேண்டுமென்ற அரசாங்கத்தின் ஆசையை நிறைவேற்றுவதற்காக அல்ல; தன்னுடைய ஆசையை நிறைவேற்றிக்கொள்ளத்தான். அவருடைய ஆசை இனி ஒரு கணம்கூட மகன் மருமகளுடன் கூட்டுக் குடித்தனம் செய்யக்கூடாது என்பதுதான்.

கீரனூருக்குச் சுமார் ஒரு பர்லாங் தூரத்திலிருந்த தமது வேலாங்காட்டை முதலியார் நான்கு வருஷத்திற்குள் அற்புதமான தோட்டமாக மாற்றிவிட்டார். அவர் மண்ணைத் தொட்டால் பொன்னாகத்தானே இத்தனை

நாளும் மாறிவந்திருக்கிறது! இதுவரையிலும் இம்மாதிரி பல காடுகளைத் தண்ணீர் பொங்கி வழியும் தோட்டங்களாக மாற்றியிருக்கிறார். ஆனால், என்ன எழவோ இந்தப் பெண்கள் விஷயத்தில்தான் சின்னப்ப முதலியாருக்கு அதிருஷ்டம் ரொம்பக் குறைச்சல்! அவருடைய நாற்பதாவது வயதில் ஒரு பையனையும் இரண்டு பெண்களையும் விட்டு மனைவி காலமானதிலிருந்து அவரையும் இந்தப் பெண் தொல்லை சூழ்ந்துகொண்டது. இப்போது வயது கிட்டத்தட்ட எழுபது ஆகிறது. இந்த முப்பது வருடமாக அவர் எத்தனையோ சொத்து சம்பாதித்திருக்கிறார். ஆனால் தமக்கென நிலையாக ஒரு பெண்ணைச் சம்பாதித்துக்கொள்ள முடியவில்லை. ஊருக்குள் பல விதமாகப் பேசுவார்கள். ஆனால், முதலியார் அந்தப் பேச்சுக்களை எல்லாம் பொருட்படுத்தமாட்டார். “இப்படிப் பேசுகிற பயல்களுக்கு எவனுக்காவது பொண்டாட்டி இல்லாது இருக்குதா? அப்படி இருந்தால்ல அருமை தெரியும்?” என்று தமது ஆப்த நண்பரான கருப்பண முதலியாருடன் குறைப்பட்டுக்கொள்வார்.

சவாரி வண்டி தோட்டத்திற்குள் நுழைந்து தொண்டுப்பட்டி ஓரமாகப் போய் நின்றது. வண்டியிலிருந்து முதலில் கருப்பண முதலியார்தான் இறங்கினார். வெற்றிலை பாக்குப் போட்டிருந்ததால் அவர் உதடுகள் செக்கச்செவேலெனச் சிவந்திருந்தது. நெற்றிக் குங்குமத்தை விடக்கூடச் சிவந்திருந்தது. வண்டி வந்ததுமே வீட்டின் வெளிக்கதவைத் திறந்துகொண்டு சமையல்காரப் பையன் நின்றுகொண்டிருந்தான். வண்டிக்காரக் குப்பன் பையனைக் கண்டதும் ‘வண்டித் தலையணை’களை எடுத்துப் போகும்படி உத்தரவிட்டான்.

“நீங்க எதாச்சும் குடிக்கிறீங்களா மாப்பிளே?” என்று சின்னப்ப முதலியார் கேட்டார். ‘இப்பத்தான் வெடிஞ்சாப்பலெ இருக்குது. அதுக்குள்ளே வெயில் என்ன போடுபொடுது!’ என்று தமக்குள் சொல்லிக்கொண்டார்.

“நா இப்பத்தா வயிறு ரொம்பச் சாப்பிட்டுட்டு வாரே. எனக்கு ஒண்ணும் வேண்டாமுங்க. காலங்காரத்தாலேயே போயிட்டீங்களா?” என்றார் கருப்பண முதலியார்.

“அந்தக் கூத்தெ ஏங் கேக்கிறீங்க! வெளியிலே சொன்னா வெக்கக்கேடு. நம்ம தோட்டத்து மரமேறி நாச்சானில்லீங்க. அந்த நாய் பேச்சைக் கேட்டுட்டு அலைஞ்சதுதான் மிச்சமிங்க.”

“திடீர்னு எங்க போயிட்டு வாரீங்க?”

“காங்கயத்திலே ஒரு சோலி இருந்ததுங்க. அதோடு முந்தி நம்மூட்டிலே சோறு தண்ணி ஆக்கிப்போட்டுக்கிட்டு முத்தான்னு ஒரு புள்ளெ இருக்கலீங்க. அவளெ எங்கெயொ காங்கயத்துலே கண்டமின்னு நாச்சான் சொன்னானுங்க. இந்தப் பயலுக்கு உப்புக்காரம்கூடப் போடத் தெரியறதில்லையே, அவளெயாவது போய்க் கூட்டியாரலாமின்னு வண்டியைக் கட்டிக்கிட்டுப் போனானுங்க. அந்தக் கழுதெ ஊரை உட்டுப் போயி ரண்டு நாளாகுதுங்களா!”

கருப்பண முதலியார் சுற்றுமுற்றும் பார்த்துவிட்டு, “அந்த எழவெல்லாம் ஒண்ணும் ஆகாதுங்க. நாஞ் சொன்னபடி செஞ்சிடுங்க! அதுதான் நல்லது” என்றார்.

சின்னப்ப முதலியார் நன்கு நிமிர்ந்து உட்கார்ந்து கொண்டு பேசுவதற்கு வாயைத் திறந்தார். ஆனால், பேச்சு வெளிப்படுமுன் ஒரு பெருமூச்சு வெளிக்கிளம்பிப் பேச்சைத் தடை செய்தது. ஒருவாறு மூச்சை வெளிப்படுத்திவிட்டு “அடே! சுப்பா!” என்று கூப்பிட்டார்.

கருப்பணன் தன்னிடம்தான் ஏதோ சொல்லப் போகிறார் என்று ஆவலுடன் காத்துக்கொண்டிருந்தார். அதற்குள் சுப்பன் வந்தான். சுப்பனிடம் ஒரு டம்ளர் மோர் கொண்டுவரும்படி உத்தரவிட்டார். முதலியார் ஏதோ சிந்தனையில் லயித்துப்போயிருந்தார். கண்ணை மூடிக்கொண்டார். இப்போது உண்மையில் தூங்குவது

போலவேதான் இருந்தது. தலை முடியை ஒட்டக் கத்தரித்து விட்டிருந்தார். தேங்காய் எண்ணெய் தடவிய தலை முடி பளபளவென மின்னியது. காதோரத்திலிருந்து வியர்வை கழுத்து வரையிலும் வழிந்துகொண்டிருந்தது. வீட்டிற்குள் நுழைந்ததுமே மேல் சட்டையைக் கழற்றி மடிமீது வைத்துக்கொண்டிருந்தார். அந்தச் சட்டையார் வியர்வையைத் துடைத்தார். அதற்குள் ஒரு செம்புத் தண்ணீரும் ஒரு டம்ளர் மோரும் கொண்டுவந்து எதிரில் வைத்தான் சுப்பன்.

“ஏண்டா பொரியல் என்ன செய்திருக்கிறாய்?” என்றார், முதலியார்.

“ஒண்ணும் செய்யலீங்க! இனிமேல்தான் செய்யோணும்.”

“கத்திரிச் செடியிலே போய் பிஞ்சுக் கத்திரிக்காயாக் கொண்டாந்து பொரியல் பண்ணு.”

“சரியிங்க” என்று கூறிவிட்டு வெளிக் கதவைத் திறந்துகொண்டு சுப்பன் போய்விட்டான்.

முதலியார் மறுபடியும் யோசனையில் ஆழ்ந்தார்.

“என்ன யோசிக்கிறீங்க?”

“ஒண்ணுமில்லெ. நீங்க சொன்னதைத்தான் அப்படியே யோசிச்சுக்கிட்டு இருக்கிறேன்.”

“மாமா! யோசிக்க யோசிக்க மலையாட்டத்தான் தோணும். நான்கூடப்பாருங்க ஊரைஉட்டு எப்படியடா வாரதுண்ணு யோசிச்சுக்கிட்டுத்தான் இருந்தேன். பாருங்க, ஒருநாள் திடீர்னு வண்டியிலெ சாமானெ ஏத்திக்கிட்டு பொண்டாட்டி புள்ளெயெக் கூட்டிக்கிட்டு இங்கே வந்திட்டெ! இப்போ, நான் என்ன குறைஞ்சுபோயிட்டேன். உங்க தர்மத்துலே பையன்கள் ரண்டுபேரும் பாட்டுக்கு வந்திட்டாங்க. நான் வெளயாடிக்கிட்டுருக்கறேன் . . . நாம் என்ன பேசிக்கிட்டு இருந்தோம்? . . . ஊம்! யோசிக்கிறமினீங்களா? இத்தனெ நாளா யோசிச்சு

யோசிச்சு என்னத்தெக் கண்டோம்? மகன் வேணும், மருமகள் வேணும்ணு பார்த்துப் பார்த்து என்னாச்சு? அவுங்களுக்கும் நாம வேணும்இன்னு இருக்கோணுமில்லே?"

"நீங்க சொல்றதிலே ஒண்ணும் தப்பில்லே. ஆனா, பேரனுக்கே கலியாண வயசு வந்திட்டுதே, இந்தக் காலத்திலே போயிப் பண்ணிக்கிட்டானே! இண்ணு நாலு பேரு உங்களப்போலொத்தவங்க பேசுவாங்களே!"

"உங்களுக்கு வயசு என்னாகுதுங்க?"

"கிட்டத்தட்ட எழுபது இருக்குமிங்க"

"சும்மா வெளயாடாதீங்க மாமா!"

"ஆமா மாப்பிளெ!"

"நான் நம்பமாட்டேன்!"

"உங்க உத்தேசம்தா என்ன சொல்லுங்க பாப்போம்."

"எனக்கு மேலே நாலஞ்சு வருசம் மூத்திருப்பீங்க."

"போங்க மாப்பிளெ! நீங்க ஒண்ணு! அம்பது அம்பத்தைந்து இருக்குமிங்கறீங்க?"

"அதுக்கு மேலெ ஒரு பயல் மதிச்சிட்டான்னா என் காதை அறுத்துக்கறேனுங்க!"

சின்னப்ப முதலியார் உள்ளம் குளிர்ந்துவிட்டது. ஆனந்தத்தால் கடகடவெனச் சிரித்தார். குரங்குகூடச் சிரித்தால் முகம் நன்றாகத்தானிருக்கும் போலிருக்கிறது! முதலியார் தன் உடலை மேலும் கீழும் பார்த்துக் கொண்டார். "ஒடம்பு வாக்குங்க மாப்பிளெ! அதுதான் நீங்க ஏமாந்திட்டீங்க" என்றார்.

கருப்பண்ண முதலியார் ஏமாந்தவர் போலவே ஆச்சரியப்பட்டார். "அதுக்கென்னுங்க, இருபது வயசு வாலிபன் எம்பது வயசுக் கிழவனாட்டம் இருக்கிறதில்லீங் களா? அவனெ நான் வாலிபன்னு ஒத்துக்க மாட்டேன் உங்களயும் நா வயசானவங்கன்னு சொல்ல மாட்டேன்."

சின்னப்ப முதலியார் முன்னாலிருந்த மோர் டம்ளரை எடுத்துக் குடித்தார். அவருக்கு உற்சாகம் மேலிட்டு விட்டது. காலையில் தோல்வியுடன் திரும்பிய சோர்வு இந்தப் பேச்சில் பஞ்சாகப் பறந்துவிட்டது. அவருடைய வாலிபப் பருவமும் வீரதீரச் செயல்களும் நினைவுக்கு வரத் தொடங்கின. ஒரு கணம் மறுபடியும் கண்ணை மூடினார். ஆனால், அந்நிலையை நீடிக்க விடவில்லை கருப்பண முதலியார். "மாமா! வயசு காலத்திலே நீங்க ஒண்ணும் கஷ்டப்படக்கூடாது. இந்த வயசிலே எத்தனையோ சம்பாதிச்சிட்டீங்க. ஆனால், ஏதாச்சும் ஒரு சொகம் உண்டா? இந்த சொத்து சொகமெல்லாம் நீங்க சம்பாதிச்சதுதானே? ஆனா என்ன பிரயோசனம்? நாளைக்கு நீங்க தலையிலா கட்டீட்டுப் போயிடுவீங்க? நீங்க எப்படி இருக்க வேண்டியவங்க! எப்படி இருக்கறீங்க? அனாதையைப்போல காட்டுக்குளெ தன்னந்தனியா உட்கார்ந்துக்கிட்டு இருக்கறீங்க! ஏமம் சாமத்திலே ஒரு வாயை வலிச்சது, வயத்தெ வலிச்சது யாருங்க மாமா இருக்கிறாங்க பாக்கறதுக்கு? காரத்தாலே வந்து சேதி தெரிஞ்சிக்கிட்டு போறவங்கதானே? இத்தனெ சொத்து இருந்தும் என்ன பிரயோசனம்..." கருப்பண முதலியார் பேசிக்கொண்டே இருந்திருப்பார். ஆனால், அதற்குள் சுப்பனுடன் இன்னும் யாரோ பேசிக்கொண்டு வருவது கேட்கவே தமது பேச்சை நிறுத்திக்கொண்டு வாயில் கதவுப் பக்கம் திரும்பி யார் வருவது என்று பார்த்தார்.

"அடடா! வாப்பா நாச்சிமுத்து! எங்கே ரொம்ப நாளா ஊரிலேயே காணோம்?" என்றார் சின்னப்ப முதலியார்.

"எங்கயோ காக்கா குருவியாட்டப் போறது தானுங்க... அண்ணங்கூட இருக்கறாங்களா! நா உங்க ஊட்டிலெ போய்ப் பார்த்திட்டு வாரே" என்றான் அங்கு புதிதாக வந்த நாச்சிமுத்து.

"ஊட்டிலே இல்லேன்னா இங்கேதானே இருப்பேன்னு குழந்தயக் கேட்டாக்கூடச் சொல்லுமே? நீ எப்பப்பா வந்தாய்?" என்றார் கருப்பண முதலியார்.

நாச்சிமுத்து வாசல் படியில் காலிலிருந்த பூட்சைக் கழற்றிவிட்டு விட்டு எதிர்த் திண்ணையில் உட்கார்ந்து கொண்டான். ஓபன்கோட் பொத்தானைக் கழற்றி விட்டான். மேல் அங்கவஸ்திரத்தால் ஷர்ட்டிற்குள்ளிருந்த வியர்வையைத் துடைத்துக்கொண்டே வீட்டுக்குள் எட்டிப் பார்த்தான். "ஏன்? என்ன வேண்டும்?" என்றார் சின்னப்ப முதலியார்.

"கொஞ்சம் தண்ணி வேணுமிங்க," என்று கூறிவிட்டு கருப்பண முதலியாரைப் பார்த்து, "ஏண்ணா, நூலெல்லாம் இப்பத் தறிக்குக் கெடைக்குதுங்களா? உங்களுக்காட்ட எல்லாம் பசங்களாப் பொறந்திருந்ததின்னா எனக்கும் வெடுக்கினு இருக்குமிங்க" என்றான்.

சின்னப்ப முதலியார் சுப்பனைக் கூப்பிட்டுத் தண்ணீர் கொண்டுவரச் சொல்லிவிட்டு, "ஏப்பா? ஒரு புள்ளெயெப் பெத்துவிட்டு மலையெத் தூக்கித் தலெ மேலெ வெச்சுக்கிற மாதிரிப் பேசுறயே? யார் கையினாலாச்சும் புடிச்சுக் கொடுத்தீட்டீனா உம்பாடு யோகம்தான்," என்றார்.

"நம்ம நாச்சிமுத்துப் பேச்சே நீங்க ஒரு பேச்சினு எடுத்துக்கலாமுங்களா? எதையோ நெனச்சுக்கிட்டு எதையோ பேசுவான்! அதிருக்கட்டும். எங்கே போயிருந்தே! இப்போ என்னா செய்யறே?" என்றார் கருப்பண முதலியார்.

"இப்பொ புதுசா ஒரு பிசினெஸ் ஆரம்பிச்சிருக்கறனுங்க?" ...

சின்னப்ப முதலியார் குறுக்கிட்டு "அது என்னப்பா அது? எனக்குப் புரியறாப்பலே சொல்லு!" என்றார்.

கருப்பண முதலியார் வந்த சிரிப்பை அடக்கிக் கொண்டார். "நம்ம நாச்சிமுத்து நாலு எடத்துக்குப் போறவன் பாருங்க! இது நம்ம ஊரு, நம்ம ஊர்க்காரன் கிட்ட பேசறமிங்கறதையே மறந்திட்டுப் பேசறானுங்க" என்றார்.

"எத்தனை ஊர்தா போனா என்னுங்கண்ணா? உங்களப் போலெ ஒரு மனுசரைப் பாக்க முடியுமிங்களா?"

“அது கெடக்கட்டும்! அப்புறம் சொல்லு! என்ன பண்ணறாய்?”

நாச்சிமுத்து மனத்திற்குள் சபித்துக்கொண்டான். தன் கோபத்தை வெளிக்குக் காட்டிக்கொள்ளாமல், “உங்களாட்டச் சிரிப்பு வாராப்பலே பேசறதுக்கு ஆராலும் முடியாதண்ணா ... உங்களுக்கு திருப்பூர் தரகுக் கடை ஆறுமுகம் செட்டியாரைத் தெரியுமல்ல? உங்களை நல்லாத் தெரியுமிங்கறாரே?”, என்று கேட்டுவிட்டு சின்னப்ப முதலியார் முகத்தைப் பார்த்தார்.

“இவ்வடத்திக்கு, இந்த இருபது முப்பது மைலுக்குள்ளெ நம்மளத் தெரியாதவங்க ஆரப்பா இருங்கறாங்க?” என்றார் சின்னப்ப முதலியார்.

“அது எனக்குத் தெரியாதுங்களா? அண்ணா, உங்களுக்குத் தெரியாதுங்க. நா சின்னப் பயனிலிருந்து இவுங்ககிட்டயே இருந்தவனுங்க! நாங்க போகாத எடமில்லீங்க. பாக்காத மனுசரில்லீங்க! அது எல்லாம் கள்ளுக்கடெ சாராயக்கடை இருந்த அந்தக் காலத்திலுங்க ...”

இடையில் கருப்பண முதலியார் குறுக்கிட்டார். இந்தப் பேச்சு அவருக்குப் பிடிக்கவில்லை. தன்னைவிட அதிகமாகச் சின்னப்ப முதலியாரிடம் நாச்சிமுத்து உறவு கொண்டாடுவதை அவர் விரும்பவில்லை.

“ஏப்பா, மாமனும் நீயும் போன எடம் வந்த எடத்தெப் பத்தி இப்பொ ஆரப்பா கேட்டாங்க? திருப்பூரின்னாய், ஆறுமுகம் செட்டியார்னாய், அப்புறம்?”

“அதெத்தானே சொல்லப் போறனுங்க. புதுசா ஒரு பஞ்சாபீஸ் கட்டப் போறாருங்க. அதுல்லே எல்லா பொறுப்பும் என்னெச் சேந்ததுங்க. அவரோடெ இன்னும் ரண்டு பேரு சேந்துருக்காங்க! பணம் ரம்ப வேணும் பாருங்க. இன்னும் ஒரு கூட்டுச் சேத்திக்லாமினு பாக்கறாருங்க! அவருகூட கூட்டுச் சேர்றதுக்கு ஆளா கிடையாது? ஆளு சேத்துக்கறதுக்கு முந்தி பலதையும்

யோசனை பண்ண வேண்டும் பாருங்க! அதுக்குத்தா நம்ம கிட்டெ அனுப்பிச்சாருங்க."

"என்ன மாப்பிளெ! நம்ம நாச்சிமுத்துச் சும்மாவே இருக்க மாட்டானுங்க! எதாச்சும் ஒண்ணு பண்ணிக்கிட்டுத்தா இருப்பானுங்க. எப்படியோ ஆரையோ புடிச்சு ஒரு நல்ல தொழிலெ ஆரம்புச்சிட்டானே!" என்றார் சின்னப்ப முதலியார்.

கருப்பண முதலியாருக்கு முதலிலிருந்தே ஒன்றும் பிடிக்கவில்லை. நாச்சிமுத்து வந்ததும் வியாபாரத்துக்குக் கூட்டுச் சேர ஆள் பிடிப்பதும் அவருக்குக் கசப்பாக இருந்தது. இருந்தாலும் அதை வெளிக்குக் காட்டிக் கொள்ள முடியுமா? வாயிலிருந்த வெற்றிலை எச்சிலை வெளியில் வந்து துப்பிவிட்டுத் தொண்டையைக் கனைத்துக் கொண்டே வந்து உட்கார்ந்தார். நாச்சிமுத்து அவரைப் பார்த்துக்கொண்டே புன்சிரிப்புடன், "ஏண்ணா? பொய்யிலா சாத்தெ முழுங்கீட்டீங்களா?" என்றான்.

"அதெல்லாம் ஒண்ணுமில்லெ! உன்னப் பத்தி மாமெ சொன்னாங்களா? அதெயே நெனச்சுக்கிட்டு இருந்திட்டெ! எதெயும் ஆரம்பிக்கறதுக்கு உன்னை யாட்ட ஆராலும் முடியாது. ஆனாக் கடைசி வரையிலும் இருந்து அந்தப் பலனெ அடைய மாட்டீங்கறயே! அந்த ஒரு கொணம் வந்து உன்னெக் காலெவாரி உட்டுடுதே!" என்றார் கருப்பண முதலியார்.

சின்னப்ப முதலியார் விரைவில் நாச்சிமுத்துவை அப்புறம் தாட்டிவிட வேண்டும் என்று எண்ணினார். கருப்பண முதலியார் பேச்சை வளர்த்திக்கொண்டே போவது அவருக்குப் பிடிக்கவில்லை. "ஏப்பா! உன் சின்ன முதலாளியெப் பாக்கறது தானே?" என்று தன் மகனை மனதில் வைத்துக் கொண்டு கேட்டார்.

"நீங்க ஒண்ணு! அவுங்கெல்லாம் துணிஞ்சு ஒரு காரியத்துலெ எறங்கு வாங்கின்னா இருக்கிறீங்களா?

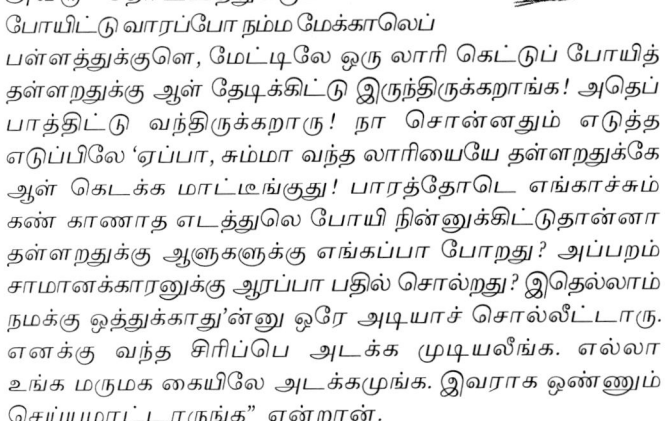

முன்னொருக்கா அப்படித்தா ஒரு லாரி ஒண்ணு ரொம்பச் 'சீப்பா' வந்தது. சரி, அதெ வாங்கி உருட்டுக்கிட்டிருக்கலாமேன்னு அவருகிட்டப் போயிச் சொன்னேன். கெரகத்து வேளெ பாருங்க! அப்பத்தா அவரு தோட்டத்துக்குப் போயிட்டு வாரப்போ நம்ம மேக்காலெப் பள்ளத்துக்குளெ, மேட்டிலே ஒரு லாரி கெட்டுப் போயித் தள்ளறதுக்கு ஆள் தேடிக்கிட்டு இருந்திருக்கறாங்க! அதெப் பாத்திட்டு வந்திருக்கறாரு! நா சொன்னதும் எடுத்த எடுப்பிலே 'ஏப்பா, சும்மா வந்த லாரியையே தள்ளறதுக்கே ஆள் கெடக்க மாட்டீங்குது! பாரத்தோடெ எங்காச்சும் கண் காணாத எடத்துலெ போயி நின்னுக்கிட்டுதான்னா தள்ளறதுக்கு ஆளுகளுக்கு எங்கப்பா போறது? அப்பறம் சாமானக்காரனுக்கு ஆரப்பா பதில் சொல்றது? இதெல்லாம் நமக்கு ஒத்துக்காது'ன்னு ஒரே அடியாச் சொல்லீட்டாரு. எனக்கு வந்த சிரிப்பெ அடக்க முடியலீங்க. எல்லா உங்க மருமக கையிலே அடக்கமுங்க. இவராக ஒண்ணும் செய்யமாட்டாருங்க" என்றான்.

கருப்பண முதலியார் சிரித்தார். தன் மருமகளைப் பற்றிக் குறிப்பிட்டதைக் கேட்டதும் சின்னப்ப முதலியார் உள்ளூர எரிச்சல் அடைந்தார். "நம்ம நாச்சிமுத்து சொல்றது நெஜந்தா மாப்பிளெ! இப்ப அவெ வெறுஞ் சக்கைதா மாப்பிளெ! அவ, அவனெ உறிஞ்சிட்டா" என்றார்.

"என்னமோ போங்க; நீங்க அரமனையாட்ட உள்ள ஊடு வாசலெ எல்லாம் உட்டுட்டு இப்படி வந்து காட்டுக்குளெ உக்காந்துகிட்டு இருக்கறதெப் பாத்தா எனக்கெல்லா வருத்தமாத்தானிருக்குதுங்க" என்றான் நாச்சிமுத்து. பிறகு கருப்பண முதலியரைப் பார்த்து, "ஏண்ணா! தறிக்கு நூலுக்கீலெல்லாம் நல்லாக்கெடெக்குதுங்களா?

இல்லாட்டிச் சொல்லுங்க! எத்தனை வேணும்மானும் கொண்டாந்து கொடுக்கச்சொல்றேன்" என்று கூறினான்.

"இனி குடும்பத்தோடெயே திருப்பூர் போயிடுவயாக்கும்?" என்றார் சின்னப்ப முதலியார்.

"திடீர்னு போக முடியுமிங்களா? குடும்பமின்னா எத்தனெ பேருங்க? நா ஒண்ணு புள்ளெ ஒண்ணு! எங்கக்கா வாரமிம்பாளோ மாட்டேம்பாளோ? நீங்க ஒண்ணும் சொல்லமாட்டேங்கறீங்களே?"

"நாந்தா மொதல்லியே சொல்லீட்டனே! வயசு காலத்துலே இது நமக்கு, அதெல்லாம் தோதுப்படுமா?"

"வயசு! வயசுங்கறீங்களே! அப்படி என்ன வயசாகிப் போயிடுச்சுங்க?" என்று கூறிவிட்டு கருப்பண முதலியாரைப் பார்த்துச் சிரித்தான். அவன் சிரித்ததின் உள்ளர்த்தம் கருப்பண முதலியாருக்குத் தெரியும். பெண் வேட்டையில் இப்போதும் சின்னப்ப முதலியார் யாருக்கும் இளைத்தவரல்லர். அதை மனதில் வைத்துக் கொண்டு நாச்சிமுத்து சிரிக்கிறான் என்பது கருப்பண முதலியாருக்குத் தெரியும். ஆனால், அதைத் தமக்குச் சாதகமாகப் பயன்படுத்திக்கொள்ள விரும்பினார். "நாச்சிமுத்துச் சொல்றதெக் கேட்டீங்களா? நாஞ் சொன்னாத்தா நம்பமாட்டீங்க! சிறு வயசிலிருந்து உங்க கிட்டயே இருந்தவன் சொல்றான் கேளுங்க?" என்றார்.

நாச்சிமுத்துக்கு இதன் உள்ளர்த்தம் தெரியாது. இருந்தாலும் தான் வந்ததிற்கு ஏதோ இரண்டு பேச்சுப் பேசி ஆயிற்று. இனி அதிக நேரம் செய்வதில் அர்த்தமில்லை என்று பட்டது. தான் உத்தேசித்து வந்த காரியத்திற்கு மெள்ளப் பேச்சை ஓட்டினான். "ஊட்டுலெ எங்கயோ கொஞ்சம் கருவாடு இருந்ததாக்கும். அதுக்க ரண்டு கத்தரிப் பிஞ்சு வேணுமின்னு புள்ளெ சொல்லிச்சு! நம்ம தோட்டத்துலே எதாச்சும் கத்திரிச் செடி போட்டிருக்கறீங்களா?" என்று நாச்சிமுத்துக் கேட்டான். அவன் வரும்போதே

சமையல்காரச் சுப்பன் கத்திரிக்காய் பறித்துக் கொண்டு வந்தது அவனுக்குத் தெரியும். அதோடும் வரும் வழியில் கத்திரிச் செடி காயும் பிஞ்சும் பூவோடு செழித்துக் குலுங்கி நின்றதைப் பார்த்து வந்திருந்தான்.

சின்னப்ப முதலியார் இதற்கு நேரடியாகப் பதில் அளிக்கவில்லை. "அடே! சுப்பா!" என்று சமயல்காரனைக் கூப்பிட்டு நாச்சிமுத்துக்கு வேண்டிய கத்திரிக்காய் பறித்துக் கொடுக்கும்படி உத்திரவிட்டார். சுப்பனும் கையிலிருந்த கரண்டியை உள்ளே கொண்டுபோய் வைத்துவிட்டு ஒரு சிறிய கூடையுடன் கத்திரிக்காய் பறிக்கக்கிளம்பினான். இதைப் பார்த்ததும் நாச்சிமுத்துவும், "சரி, அப்படியே ரண்டு காயெப் பறிச்சிக்கிட்டுப் போறனுங்கோ. எதுக்கு நா சொன்னதெ இன்னொருக்கா யோசனெ பண்ணிப் பாருங்க" என்று சொல்லிவிட்டுக் கிளம்பினான்.

நாச்சிமுத்து வாயில் கதவைத் தாண்டியதும் கருப்பண முதலியார் சிரித்தார். அந்தச் சிரிப்பில், எத்தனையோ விஷயங்களைக் கூறிவிட்டார். ஆனால், நாச்சிமுத்துவைப் பற்றி சின்னப்ப முதலியாருக்கு யாரும் கூறித் தெரிய வேண்டிய அவசியமில்லை. சுமார் பன்னிரண்டு வயதுப் பையனாக இருக்கும்போதே சின்னப்ப முதலியாரிடம் நாச்சிமுத்து வேலைக்கு வந்துவிட்டான். அந்தக் காலத்தில் சின்னப்ப முதலியார் கள்ளுக்கடை, சாராயக்கடை குத்தகைக்கு எடுத்து வியாபாரம் செய்துவந்தார். முதலில் கூப்பிடும் குரலுக்கு ஏனென்று கேட்கும் பையனாக வேலைக்குச் சேர்ந்த நாச்சிமுத்து நாளாக நாளாகக் கடைப் பொறுப்பு முழுதும் கவனிக்கும் நிர்வாகி யாக உயர்ந்துவிட்டான். சின்னப்ப முதலியாரே வேடிக்கையாகச் சொல்வார். 'நாச்சி! நாச்சி!' என்று கூப்பிட்டு வந்தேன். அவன் இப்போது நாச்சப்பனாகி, நாச்சிமுத்துவாக மாறிவிட்டான் என்பார். ஆனால் ஆள் உருவமும் உடையும்தான் மாறினானே ஒழிய அறிவு ஒன்று அதிகமாக மாறிவிடவில்லை. முதமுதலில் மாதம்

அறுவடை

மூன்று ரூபாய் சம்பளத்திற்குச் சேர்ந்தபோது இருந்த பணக் கஷ்டம்தான் அவன் கடைசி கடைசியாக மாதம் நூறு ருபாய் வாங்கும்போதும் இருந்தது. ஆனால் ஒரே ஒரு வித்தியாசம், முதலியாரிடம் இருக்கும் வரையிலும் கையில் பணப் புழக்கத்திற்கு ஒன்றும் குறைச்சல் இல்லை. சாராயக் கடையில் சதா சீட்டாட்டம் நடைபெறும். குடிவெறி தலைக்கேறிய பிறகு நினைவு தடுமாறிய நிலையை ஆட்டக்காரர்கள் அடையும்போது நாச்சிமுத்தும் ஆட்டத்தில் கலந்துகொள்வான், அப்புறம் வெற்றி நிச்சயம் நாச்சிமுத்துக்குத்தான். ஆட்ட ஆரம்பத்தில் ஒரு நாளும் நாச்சிமுத்து கலந்துகொள்ளமாட்டான். ஆனால், அது அந்தக் காலம். கள்ளுக்கடை எல்லாம் போய்விட்டது. ஆனால் சீட்டாட்டம்தான் எஞ்சி நிற்கிறது. சீட்டாட்டம் இருந்து என்ன பயன்? யார் முன்போல ஏமாறுவார்கள்? ஒவ்வொருத்தனும் பிறரை ஏமாற்றவல்லவா வழி பார்த்துக் கொண்டிருக்கிறான்? எப்படியோ ஏதாவது ஒரு நாளைக்கு நல்ல வேட்டை கிடைக்காதா என்று நாச்சிமுத்துக்கும் நப்பாசை போகவில்லை. அதை விட்டுத்தான் அவனுக்கு வேறு என்ன தொழில் செய்யத் தெரியும்? என்ன தொழில் செய்துதான் தனக்குத் தேவையான பணத்தைச் சம்பாதிக்க முடியும்?

“என்ன மாப்பிளெ சிரிக்கறீங்க? அவுங்கப்பனெப் பத்தி உங்களுக்குத் தெரியாது. அவெ குடிச்சிக்கிட்டே இருப்பான். கையிலே ஒரு ரூவா முழுசாக் கெடச்சிட்டுதுன்னா, அதை கீழே பலமாப் போட்டு ஒண்ணு ரண்டுண்ணு எண்ணிக்கிட்டே இருப்பான். பக்கத்து ஊட்டுக்காரன் இவங்கிட்டெ இத்தனெ ரூவா இருக்குதுன்னு நெனச்சிக்குவானாம்! அவனுக்குப் பொறந்த புள்ளெயுங்க இவன்” என்றார் சின்னப்ப முதலியார்.

“அது சரி, நாஞ் சொல்லியா நீங்க தெரியோணும், கோவணத்திலே ஒரு காசிருந்தா கோழிகூப்பிடப் பாட்டுப் பாடுற ஆளுங்க.”

“என்னமோ நம்மகிட்ட இருக்கிறவரைக்கும் நல்லாக் காலட்சேபம் நடந்தது. பாக்கிறவங்க அவனத் தானெ மொதலாளியிம்பாங்க!”

“நானும் வந்து நேரமாவுதுங்க. போயிட்டு வரட்டுங்களா?”

“இங்கயே சாப்பிட்டுட்டுப் போனாப் போவுதுங்க . . . அடே! சுப்பா! எலெயெப் போடடா!”

2

இடுப்பிலிருந்த குடத்தை இறக்கி வைத்தாள் தேவானை. இடப்புறத்துத் தோளிலிருந்து கால்வரையிலும் தெறித்திருந்த நீர்த்துளிகளைத் துடைத்து விட்டுக்கொண்டாள். தண்ணீரைத் துடைத்துவிட்டு அந்தக் கையைத் திண்ணையில் உட்கார்ந்திருந்த நாச்சிமுத்துவிடம் காட்டிக்கொண்டு, “அப்பா! இங்க பாரப்பா! சாயம் எப்படிக் கையிலெ ஒட்டிக்கிட்டது பாரு!” என்றாள்.

தாழ்வாரத்தில் வைத்திருந்த பூட்ஸ்களை எடுத்துத் துடைத்துக்கொண்டிருந்த நாச்சிமுத்து மகளைப் பார்த்துச் சிரித்துக்கொண்டே, “புதுசிலெ அப்படித்தானம்மா இருக்கும்! ஒருக்காத் தண்ணிலெ போட்டு எடுத்தாத்தான் சுத்தமா பளிச்சினு இருக்கும். அதுக்குளெ சாயம் போயிடும்னு பயந்து போயிட்டயா?” என்றான்.

“போப்பா! அத்தெக்கு நீ சீலெ எடுத்தாந்தது கொஞ்சம்கூடப் பிடிக்கலெ. கழுத்தும் வெருங்கழுத்தா கெடக்குது! துடுப்பாட்டக் கையெ வீசிக்கிட்டு இருக்கிறாய்! துணி யாரு கேட்டாங்கன்னு அத்தெ கோபப்படறாங்க அப்பா!” என்றாள் தேவானை.

“அத்தைக்கா நா சீலை எடுத்தாந்தே? உனக்குப் புடுச்சதா இல்லயா?”

“எனக்குப் புடிக்கலைன்னா சொல்றே? இந்த மையெக் கண்ணுக்கு வச்சிருக்கறதெப் பாத்து எல்லாரும் சிரிக்கறாங்க அப்பா!”

“இந்த ஊரிலே எந்த நாயி கண்ணுக்கு மை வச்சுக்குது? முன்னப் பின்னக் கண்டிருந்தாத்தானெ ஆகும்?” என்று கூறிவிட்டு நாச்சிமுத்து பூட்சைக் காலில் போடப் போனான்.

தேவானை அவசரமாக அவன் முன்னால் வந்து நின்றுகொண்டு, “அப்பா! அப்பா! இரு! உம்பட உள்ளங்காலெக் காட்டு பாக்கறேன்” என்றாள்.

“ஏம்மா? என் உள்ளங்கால்லே என்ன?”

“இல்லெ! உங்கால்லே பாதச் சக்கரம் இருக்குமினு அத்தெ சொல்றாங்க. அதுதா ஊட்டுலயே தங்க மாட்டீங்கறயா?”

நாச்சிமுத்து கடகடவெனச் சிரித்தான். “உங்க அத்தெ சும்மா யிருக்கறதில்லெப் போல இருக்குதே? என்னபத்தி சொல்லிக்கிட்டே இருப்பாளா?” என்றான்.

“அதெல்லா மில்லீப்பா! போனா வரத் தெரியறதில்லே உனக்கு, திருப்பூருக்குப் போயிட்டு வர சண்டிக்காரங் கெல்லா உன்னெப் பாத்தமினு சொல்றப்போ எனக்கு எப்படி இருக்குது தெரியுமா?”

“எதாச்சும் சோலி இருந்துக்கிட்டே இருக்குது! வர முடியறதில்லெ . . .”

“அத்தெ இல்லாட்டி நா ஒருத்தியும் என்னப்பா பண்ணுவே?”

“அத்தெ இல்லாட்டி நா உன்னெ உட்டுட்டுப் போவனா?”

“ஏப்பா என்னெ எத்தனெ தரம் திருப்பூருத் தேருக்குள் கூட்டிக்கிட்டுப் போறமின்னு சொன்னாய்? இந்த வருசம் என்னெக் கூட்டிக்கிட்டுப் போகாதிரு . . .”

"அதெல்லாம் எங்கயும் ஊட்டெ உட்டுப் போறதுக்கு ஆகாது! வயசு வந்த புள்ளெ பேச்சப் பாரு பேச்செ... அடெ, நீ புறப்பட்டுக்கிட்டிருக்கறயா?" என்று வெளியிலிருந்து வந்து இட்லிக் கூடையை இறக்கி வைத்துக்கொண்டே அங்கம்மாள் கேட்டாள்.

"ஆமா அக்கா! கொஞ்ச அவசர சோலி இருக்குது. இங்கெ உக்காந்துகிட்டு இருந்தா என்னக்கா பண்றது?" என்றான் நாச்சிமுத்து.

அங்கம்மாள் சலிப்புடன், "இனிப் போனா எப்பொ வாறயோ? புள்ளைக்கு ஏதாச்சும் சட்டுப்புட்டுனு ஒரு காரியத்தெ முடிக்கோணுமின்னு நெனப்பு இருந்தாலோ ஆகும்?" என்றாள்.

நாச்சிமுத்து மகளைப் பார்த்துச் சிரித்துக்கொண்டே, "அதெல்லா கவலெப்படாதீக்கா! நல்ல பெரிய எடமாப் பாத்திருக்கறேன். நா சும்மா இருக்கிறனு இருக்கறயா?" என்று கேட்டான். ஆனால் மனதில் பெரும் வேதனை உண்டாகியது. மகளை ஒரு பணக்கார மாப்பிள்ளைக்குக் கல்யாணம் செய்து கொடுக்க வேண்டுமென்றுதானே அவன் இரவு பகலாகக் கனவு கண்டு வருகிறான். இது அவனுக்குத் தெரியாமலா இருக்கிறது? எப்படியாவது தானும் பணக்காரனாகி விட்டால் பணக்கார மாப்பிள்ளை தானா தேடிக்கொண்டு வருகிறான். ஆகையால், முதலில் எப்படியாவது பணத்தைத்தான் சம்பாதித்தாக வேண்டும். மாப்பிள்ளையை இப்போது யாராவது தேடுவார்களா? ஆனால், இதைத் தன் தமக்கையிடம் எப்படிச் சொல்ல முடியும்? சொன்னால்தான் புரிந்துகொள்ளவா போகிறாள்?

"என்னமோப்பா! பெரிய எடத்துலே இருந்து நம்மகிட்டெ எதுக்கு வாராங்க? உங்கிட்டெ நா என்னன்னு சொல்லட்டும்?"

"ஏக்கா? அந்தக் காலத்துலே உன்னக் கொண்டு போயித் தள்ளுறாப்பலே உம் மருமவளெயும் எங்காச்சும்

கொண்டுபோயித் தள்ளச் சொல்றயா? பாத்துக்கிட்டே இரு. எப்படிப்பட்ட எடம் நம்மெத் தேடிக்கிட்டு வருது பாரு?"

"வாரதெ நா வாண்டாமினு சொல்லலே! நம்மூட்டுலே பொறக்கற புள்ளெயா இவ? என்னமோ அந்த முண்டெ இருந்து கண்லே பாக்கறதுக்குக் கொடுத்து வக்காமெப் போயிட்டா" என்று காலஞ்சென்ற தன் தம்பி மனைவியை எண்ணிக் கண்ணீர் வடித்தாள். ஆனால் இந்த அங்கம்மாளே இதற்கு முன் எத்தனையோ தரம் தன் மருமகள் தேவானையிடம், "நல்ல மவராசி! சொல்லிக்காமெப் போயிட்டா! இருந்து இன்னும் நாலஞ்சைப் பெத்து வச்சிருந்தான்னா எவ்வளவு இமிசைப் பட்டுப் போயிருப்பா?" என்று தன் சகோதரன் மனைவி ஒரு மகளைப் பெற்றுவிட்டுச் சிறு வயதிலேயே காலமானதற்கு ஆறுதலடைந்திருக்கிறாள்.

பேச்சு எப்படியெல்லாமோ போய்க் கடைசியில் சோகக் கட்டத்திற்கு வந்துவிட்டது. மூவரும் மௌனமாக இருந்தார்கள். ஆனால், ஊருக்குப் புறப்பட்டுப் போகும் போது மகளை விசனத்தில் ஆழ்த்தி விட்டுப் போக நாச்சிமுத்து விரும்பவில்லை. "நீ இருக்கறபோது எனக்கென்னக்கா கவலெ?" என்று தன் சகோதரியை முதலில் தட்டிக் கொடுத்தான். பிறகு தன் மகளருகில் சென்று அவள் கன்னத்தோரம் கலைந்து கிடந்த கூந்தலைச் சரிப்படுத்திக்கொண்டு, "இந்தத் தரம் பாரு! உனக்கு எத்தெனெ நகை பண்ணீட்டு வரப்போறே! உங்க அத்தெயே பாத்து ஆச்சரியப் படப் போறா?" என்றான். பிறகு, "அக்கா . . . நா போயிட்டு வரட்டுமா?" என்றான்.

"சரி, மகராசனாப் போயிட்டு வாப்பா," என்று கூறிவிட்டு அங்கம்மாள் வீட்டிற்குள் சென்றுவிட்டாள்.

"ஏண்டா சாமி போயிட்டு வரட்டுமா?" என்று கூறிக் கொண்டே வாசல் கதவை நோக்கி நடந்தான். தேவானையும் தகப்பன் பின்னால் வந்தாள். அத்தை வீட்டுக்குள் போய்விட்டாள் என்பதைத் திருப்பிப் பார்த்துத் தெரிந்து

கொண்டு அவள், "அப்பா, இந்த வருசம் திருப்பூருத் தேருக்கு என்னையும் கூட்டிக்கிட்டுப் போகோணும்" என்றாள்.

"நெசம்மாக் கூட்டிக்கிட்டுப் போறண்டா" என்று திரும்பிப் பார்த்துச் சிரித்துக்கொண்டே நாச்சிமுத்துக் கூறிவிட்டு வாசல் கதவைத் தாண்டித் தெருவில் இறங்கி நடந்தான். தேவானை வெளிக் கதவு நிலவின் மேல் நின்றுகொண்டு தன் தகப்பன் கண்ணுக்கு மறையும் வரையிலும் பார்த்துக்கொண்டேயிருந்தாள். அவள் வீட்டுக்குள் திரும்பி வரும்போது கண்களில் முத்துப்போல நீர்த்துளிகள் கோர்த்திருந்தன.

3

ஆள் உயரத்திற்குச் சம்பாச் சோளப் பயிர் பால் பூட்டையுடன் தலை தூக்கி நின்றது. சின்னப்ப முதலியார் தோட்டக் கிணற்றிலே இந்த வேட காலத்திலே கூட தண்ணீருக்குப் பஞ்சமில்லை. சேர்ந்தாற்போல ஐந்து ஏக்ராவில் சோளம் போட்டிருந்தார். புகையிலை வைக்க வேண்டுமென்று அவர் மனதில் கொள்ளை ஆசை. ஆனால் நிலத்திற்கும் தண்ணீருக்கும் ஒத்துக்கொள்வதில்லை. எவ்வளவோ உரமிட்டு ஆராய்ச்சி எல்லாம் பண்ணிப் பார்த்தார். புதுக் கிணற்றுத் தண்ணீர் ஒத்துக்கொள்ளவில்லை. ஆகையால் அந்த எண்ணத்தை விட்டுவிட்டுப் பருத்தியும் சோளமும் போட்டிருந்தார் பூமி முழுவதும் பருத்தியே கூடப் போட்டிருப்பார், ஆனால் இவர்தான் வேறு எந்தப் பூமியும் வேண்டாமென்று தம் அருமந்த மகனுக்கும் மருமகளுக்கும் விட்டுவிட்டு இந்தக் காட்டில் கிணறு வெட்டிக்கொண்டு உட்கார்ந்திருக்கிறாரே! கால் நடைகளுக்கு மேய்ச்சலுக்கு வேறு கொரங்காடு கூடக் கிடையாது. ஆகையால் பருத்தியே முழுதும் போடாமல் கால்நடைகள் தீவனத்துக்காகவும் ஆட்களுக்குச் சம்பளத்திற்காகவும் சோளம் விதைத்திருந்தார். ஒரு குப்பை பொட்டலில்லை, மந்திரமில்லை, மாயமில்லை. ஆனால் கரும்புபோலக் கருகருவெனச் சோளம் ஆள் உயரத்திற்கு

மேல் வளர்ந்திருந்தது. இந்தச் சோளத் தட்டை நாளைக்கு மாடுகளுக்கு அரிவாள் கொண்டுதான் வெட்டிப் போட வேண்டும்; மாடு வாயினால் கடித்துவிட முடியாது.

இந்த சோளக்காடு சின்னப்ப முதலியார் பேரன் சுப்ரமணியத்திற்கு இன்று பேரின்பக்காடாக இருந்தது. தாத்தா விரும்பினாலும் விரும்பாவிட்டாலும் இப்போது தினம் ஒரு வேளை தாத்தாவை வந்து பார்க்காமல் இருக்கமாட்டான். தாத்தாவும் தம் பேரனை விசேஷமாகக் கவனித்துக்கொள்ளமாட்டார். எப்போது தான் கவனித்திருக்கிறார். அதுவும் கருப்பண முதலியார் வந்து ஜாதகம் என்றும் ஜோஸ்யம் என்றும் பெண் என்றும் பேசிக்கொண்டிருக்கும் போது தம் பேரன் எப்பொழுது அப்புறம் தொலைவான் என்றுதான் இருப்பார். ஆகையால் அவன் வெளிக்கதவைத் தாண்டி அடி எடுத்து வைத்ததுமே "அடே, சுப்பா! வெளிக் கதவைத் தாழ்ப் போடு!" என்று உத்தரவிட்டு விடுவார். தம் பேரன் நேராக வீட்டுக்குப் போய்விடுவான் என்றுதானே இருப்பார்? சோளக் காட்டுக்குள்ளே பாலை மரத்தடியில் குளிர் நிழலில் தேவானையுடன் உல்லாசமாகப் பொழுதைக் கழிப்பான் என்று கண்டாரா?

இப்போதெல்லாம் அங்கம்மாள் இட்லிக் கூடையைத் தலைமேல் வைத்துக் கொண்டு குடி வளவுக்கோ, சக்கிலி வளவுக்கோ கிளம்ப வேண்டியதுதான்; அப்புறம் தேவானையை வீட்டில் பார்க்க முடியாது. வெளிக்கதவை இழுத்துப் பூட்டிவிட்டு விறகு கட்டும் கயிற்றை எடுத்துக்

ஆர். ஷண்முகசுந்தரம்

கொண்டு அங்கு சுற்றி இங்கு சுற்றிக் கடைசியாக சின்னப்ப முதலியார் தோட்டத்துச் சோளக்காட்டுக்குள் வந்து சேர்ந்துவிடுவாள் அப்புறம் அத்தை வரும் நேரத்திற்கு முன்பே வீட்டுக்குப் போய்விடுவாள். சில நாளையில சமையல்கூடச் செய்து வைத்துவிடுவாள். என்ன சமையல், செய்யச் செய்யத் தீராதா? இரண்டு பேருக்குத்தானே? இட்லி அடுப்பிலேயே வீட்டை விட்டுப் புறப்படும்போதே சோற்றுக்குச் சரியாக அளவு பார்த்துத் தண்ணீர் ஊற்றி அரிசியைக் களைந்துபோட்டு விட்டுப் போய்விடுவாள். அடுப்பிலிருக்கும் தணலிலேயே இவள் திரும்பி வருவதற்குள் சாதம் ஆகிவிடும். அப்புறம் ஏதோ இரண்டு மிளகாய் உப்பை வைத்து மனம்போல ஒரு குழம்பு தயார் செய்துவிடுவாள். இந்தச் சமையலைப்பற்றி அவளுடைய அத்தை அவளை ஒருநாளும் குறை கூறியதேயில்லை.

இரண்டு நாளாகத் தனியாக வந்து காத்திருந்து சலித்துப்போனான் சுப்ரமணியம். தேவானையின் அப்பா நாச்சிமுத்து வந்திருப்பது அவனுக்கும்தான் தெரியும். இருந்தாலும் ஒருவேளை வரமாட்டாளா என்ற ஆசை தான் பாவம்!

"அடேஞ்சாமி! சாமி! எனக்கு முன்னாலே வந்து உக்காந்திருக்கிறதப் பாரு!" என்று கன்னத்தின் மேல் கையை வைத்துக்கொண்டு ஆச்சரியப்பட்டாள் தேவானை.

சுப்ரமணியம் எழுந்து நின்றான். சற்று முன்வந்து அவளை அணைத்தபடியே அவர்கள் தயாரித்திருந்த இன்ப மெத்தையிலே அவளைக் கொண்டுபோய் அமர்த்தினான். நான்கு நாளாகிறது அவளைத் தனியாகச் சந்தித்துப் பேசி. இன்று அவளிடம் பேச வேண்டும் என்றுகூட அவனுக்குத் தோன்றவில்லை. மௌனமாக அவளுடைய முகத்தையே பார்த்துக்கொண்டிருக்க விரும்பினான். சும்மா பார்த்துக்கொண்டேயிருந்தான். தேவானைக்கு ஏனோ இப்போது வெட்கம் வந்துவிட்டது. வந்தவுடன்

தாராளமாகப் பேசியதுபோல அவளால் இப்போது பேச முடியவில்லைதான். அவனுடைய பார்வையில் இவள் மயங்கிப்போனாள். இருந்தாலும் அவனுடைய தோளைப் பிடித்துக் குலுக்கிக்கொண்டு, "ஐயோ! ஏ இப்படிப் பாக்கறீங்க?" என்றாள். அப்படிக் கேட்டுவிட்டு அவள் பழையபடி அவன் முகத்தைப் பாாத்துக்கொண்டிருக்க முடியவில்லை. அவள் தலையைக் குனிந்துகொண்டாள். அவள் காதருகில் முகத்தைக் கொண்டுபோய், "சும்மா பார்த்தேன்" என்றான்.

அவள் களுக்கென்று சிரித்தாள். அவனும் சிரித்தான். இப்போது இருவரும் எதிரெதிராக உட்கார்ந்து கொண்டார்கள்.

"என்ன யோசிக்கிறாய்?" என்றான் சுப்ரமணியன்.

"ஒன்றுமில்லை."

"பொய்! சும்மா சொல்லு."

"எங்கப்பா என்னெ ஒரு பணக்காரனுக்குக் கட்டிக் கொடுக்கப் போகிறாராம்..."

"அப்படியா? நெசமானுமா? எனக்குத் தெரியாதே?"

"தெரிஞ்சா என்ன பண்ணுவீங்களாம்?"

"என்ன பண்ணுவனா? அது எனக்கே தெரியாது" என்று வீரமுடன் கூறினான் சுப்ரமணியன். ஆனால் மனதிற்குள் இந்தப் பதில் அவனுக்குச் சிரிப்பை உண்டாக்கியது.

"சொல்றதெப் பாத்தா இந்த ஊரெயே அழிச்சுப் போடுவீங்க போலிருக்குதா?"

"ஏன் செய்யமாட்னா?"

"செய்யறது இருக்கட்டும்! இந்தச் சோளப்பயிர் கதிர் முத்திச்சினா என்ன செய்யப் போறீங்க? அப்புறம் நாம எங்கெ சந்திப்பதாம்?" அவள் குரலில் கவலை தொனித்தது.

சுப்ரமணியத்திற்கும் இது ஒரு பெரிய பிரச்சனையாகத் தான் தோன்றியது. இருந்தாலும் அதை அவள் வெளிக்குக் காட்டிக்கொள்ளாமல், "அப்போ பாத்துக்கலாம். யார் அந்தப் பணக்காரன்?" என்றான்.

தேவானை சிரித்தாள். "எங்கப்பாவுக்கு முன்னாலேயே நா பணக்காரரைத் தானே கட்டிக்கிட்டிருக்கிறேன்" என்று கூறிக்கொண்டு அவனை நெருங்கிவந்து அவன் கழுத்திலே இரு கைகளையும் சேர்த்துக் கட்டிக்கொண்டாள்.

இருவரும் மறுபடியும் சிரித்தார்கள்.

"நீங்கள் ஒண்ணும் பேசமாட்டீங்கறீங்க?" என்று சிணுங்கிக்கொண்டே தேவானை சிறிது நகர்ந்து உட்கார்ந்தாள்.

"நீயே எல்லாத்தையும் பேசிக்கிட்டிருக்கறே? நா பேசறதுக்கு என்ன இருக்குது?"

"அதெல்லா முடியாது?"

"என்ன முடியாது!"

"அதுதா!"

"எதுதா!"

"அடெ! சும்மா திருப்பித் திருப்பிச் சொல்லிகிட்டே இருக்கறீங்களே? அதப் பாருங்க!" என்று சோளக் கதிரைச் சுட்டிக்காட்டினாள். அப்போது அடித்த மென் காற்றில் தலையை அசைத்தாடிக்கொண்டிருந்தன சோளப் பயிர்கள். அந்தக் காற்றின் அசைவால் சரசரவென ஒரு சப்தம் எழுந்தது.

"சோளப் பூட்டையெ நா பாத்ததில்லையா?" என்றான் சுப்ரமணியன்.

"உங்க தாத்தா நம்மெ இப்படியே உட்டு வெச்சிருக்க மாட்டார் . . . சோளக் கதிருகளெ வெட்டீட்டா நாம எங்க போறது?"

"அடே! அதெச் சொல்றயா? அப்பப் பாத்துக்கலாம். அதுக்கு ஒரு வழி இல்லாமயா போச்சு?" என்றாள் சுப்ரமணியம் அலட்சியமாக.

"அந்த வழியெ அப்பறம் பாத்துக்கலாம். இப்ப நம்ம வழியெப் பாத்துக்கிட்டுப் போக வேண்டியதுதா" என்றான் தேவானை.

"ஏ? அவசரப்படறே?"

"எந்நேரம் சும்மா பேசிக்கிட்டே இருப்பது?"

"அதெச் சொல்றே வா!" என்று கூறிக்கொண்டே சுப்ரமணியன் அருகில் வந்தான்.

மின்னல் மின்னியது. இடி இடித்தது. இளங்காற்று வீசியது. புயல். ஆமாம்! பெருத்த புயல்தான் வீசியது. இந்தப் பூமியே திடீரென வெடித்து ஆகாயத்தில் பறந்தது. மேலே வெகு தூரம் பறந்து சென்றது. அடுத்த கணமே தேவானையும் சுப்ரமணியமும் சோளக் காட்டுக்குள் பாலைமர நிழலில் காணப்பட்டார்கள். இன்ப துன்பங்கள் அவர்களை அணுகவில்லை. நேரம் ஆகிக் கொண்டே யிருந்தது. காலத்தை அளக்கலாம். நேரத்தை அளக்கலாம். ஆனால் இன்பத்தை அளக்க முடியுமா?

4

எங்கும் இருள் பரவிக்கிடந்தது. தூரத்திலே திருப்பூர் நகர மின் விளக்குகள் பிரகாசித்துக்கொண்டிருந்தன. எங்கோ பட்டி நாய் ஒன்று வயிறு நிறையாமலோ என்னவோ விட்டுவிட்டு ஊளையிட்டுக் கொண்டிருந்தது. ஓடி வந்த வேகத்தில் நாச்சிமுத்து பெருமூச்சு விட்டான். தன் பின்னால் இதுவரையிலும் ஓடிவந்தவனும் தன் அருகில் வந்து உட்கார்ந்துகொண்டு பெருமூச்சு விட்டுக்கொண் டிருப்பதைக் கண்டான். "ஏப்பா! எனக்குத்தா வயசாகுது! என்னாலே ஓட முடியாது. நீ சின்ன வயசுக்காரே, இப்படி எளப்பெடுக்குதே உனக்கு!" என்றான் நாச்சிமுத்து.

“ஓடுனா எளப்பெடுக்காதயா இருக்கும்?” என்று கூறிவிட்டுக் கீழே குனிந்து தன் காலைப் பார்த்துக்கொண்டே, “எங்கியோ நல்லா ஒரு முள்ளு ஏறீட்டதண்ணா!” என்றான் அந்த வாலிபன்.

“உங்காலுச் செருப்பெங்கே போச்சு கோவிந்தா?” என்றான் நாச்சுமுத்து.

“அது உங்க பூட்செத் தேடிக்கிட்டுப் போயிருக்குது!” என்று கூறிக்கொண்டே சிரித்தான் கோவிந்தன்.

“அடக் கெரகத்தெ! ஆமப்பா! ஒரு காலுப் பூட்செக் காணமே! அது எங்கப்பா உழுந்தது?”

“நீங்க சொல்லீருந்தீங்கன்னா நின்னு தேடிப் பார்த்து எடுத்துக்கிட்டு வந்திருப்பே! போவுது போங்க! உங்களப் புடிக்க முடியாட்டியும் போலீசுகாரங்களுக்கு ஒரு பூட்சாவது கெடச்சிருக்கு மில்லோ?”

“ஆமா! நா ஓடியாந்ததும் எம்பின்னாலயே நீயும் பிடிச்சிட்டியா? அப்பத்தா ஆட்டம் நல்லா சூடு புடிச்சிருந்தது? அந்தப் புது ஆளு நல்லா லீடு போடறானப்பா...

“நீங்க ஒண்ணு! வவுத்தெரிச்சலக் கெளப்பறீங்க! அந்த நாசமாப்போன நாய் சில்லறை கேட்டானா நூறு ரூபாய்க்கு? நா மொதல்லே நோட்டெ வாங்கி மடியிலெ வெச்சிருக்கப்படாது? சில்லறையெக் கொடுத்துட்டு நிமிர்ரத்துக்குள்ளெ போலீஸ் வந்துட்டது ...”

“அடப் பணம் போவுதப்பா! அற்பக்காசு! வாண்ணா வருது! போண்ணாப் போவுது! ஆள் தப்பிச்சமே அதச் சொல்லு!” என்றான் நாச்சிமுத்து.

“போண்ணாப் போயிடும்! அது நெசம்! ஆனா வாண்ணு வரச் சொல்லுங்க பார்க்கலாம்? வயித்தெப் பசி உசிரெ வாங்குது! ரயில்வே டேசன் பக்கம் ஏதாச்சம் டீ கடையாவது தொறந்திருக்கும்.”

“நா அதுக்கு முன்னத்தாட்டம் சில்லறை கொடுத்தது உனக்கு நெனப்பில்லெ?” என்று கூறிக்கொண்டே

நாச்சிமுத்து கோட்டு ஜேபியில் கையைவிட்டு ஒரு நூறு ரூபாய் நோட்டை எடுத்தான்.

"இதுக்கு இந்நேரத்திலே எவெ உங்களுக்குச் சில்லறையெ வெச்சுக்கிட்டு உக்காந்திருக்கப் போறான்?"

"இத பாரு! இந்த ஜேப்புக்குளெ கொஞ்சம் சில்லறை கூடக் கெடக்கறாப்பலெ இருக்குது. சரி, எழப்பா போலாம். எனக்கும் தா பசிக்குது! இண்ணக்கிங்கப் பாரு, போலீசி வந்து கெட்டுப் போச்சு!"

"இந்த அருணாசலம் இருக்கறானே கெட்ட சாதி நாயி! போலீசை எல்லா சரிக்கட்டியாச்சு! அதெப்பத்தி உங்களுக்கென்ன கவலைன்னானே! இப்பப் பாத்தீங்களா?"

"சரிக் கட்டிக்கிட்டுத்தானே இத்தனெ நாளும் ஆடிக்கிட்டிருந்தோம். அந்த ஆளு திடீர்னு மாத்தலாகிப் போயிட்டானாம். புதுசா வந்திருக்கறவெ கொஞ்சம் ஜபர்தஸ்துப் பண்றான். இது எத்தனெ நாளக்கு? நாளா வட்டத்திலே அருணாசலம் இவனயும் சரிக்கட்டிடுவா. அது போகட்டு. நீ இதுக்கு முந்தி சிக்கினதில்லயே."

"அதெல்லாம் கிடையாதாண்ணா. இந்த ஓட்டமும் நா ஓடினதில்லெ. என்ன பொழப்புப் போண்ணா மானங்கெட்ட பொழப்பு. ஏண்ணா இதுக்கு முந்தி நீ ஓடியிருக்கறயா?"

நாச்சிமுத்து சிரித்தான். "போலீசுக்கிட்டெ ஓடினதில்லெ! ஆனா ..." என்று கூறிவிட்டு மறுபடியும் சிரித்தான் நாச்சிமுத்து.

"ஏண்ணா சிரிக்கறே?"

"ஏப்பா? உனக்குக் குப்பஞ் செட்டியெத் தெரியுமா?"

"யாரு? பெரிய, கண்ணாடி அடிக்காரனுங்கறாங்களே!"

"சேச்சே! அவெ ரசாக்கல்ல! இவரு நம்ம குரு வப்பா! கலவையிலே மன்னந்தா போ! உன்னயாட்டத்தா நா

மேல் கையிலே உக்காந்துக்கிட்டு ஒரு சீட்டு வெட்டுவே. நா கீழ்க் கையிலே இருந்தா சும்மா தட்டி வெச்சிருவே! மகராசெ வெட்டுவாம் பாரு! அப்படி வெட்டுவான்! கையிலெ இத்தனெ சீட்டுத்தர வர வேணாம்னு நெனச்சா அத்தனெ சீட்டுத்தா வரும். மூணு கையில நாலு கையிக்கு வேணும்னாலும் ரங்கு, பரில்லா வெட்டி உட்டுடுவாரு . . .”

“ஆனா, உன்னயாட்ட வெட்டறதுக்கு ஆராலு முடியாதாண்ணா!”

“அடப் போப்பா! நா எல்லா பிச்செ வாங்கோணும்! அது இருக்கட்டும். நேரமானதே தெரியலேயே! மூணு மணிக்கு மில் உட்டு ஆளுக போறாங்களே! உம் . . . அப்புறம் சொல்றங் கேளு அரசம்பாளயத்திலே சாமி சாட்டியிருந்தது. வருச வருசம் பெரிய ஆட்டம் நடக்கும். நாங்களும் போயிருந்தோம். எல்லா வளையல் வியாபாரிக. ஒண்ணுமே தெரியாத ஆளுக! வருசத்துக்கொருக்கா சீட்டத் தொடர்வனுகளுக்கு என்ன தெரியும்? சும்மா, ரங்கு பரில்லாவும் கூத்தாடுது.! எல்லாரையும் மொட்டெ தட்டீட்டோம்.! அதுலே ஒருத்தன் கொஞ்சம் விபரம் தெரிஞ்சவன் வந்து சேர்ந்தான். விசயம் ஒண்ணும் தெரியலே! இருந்தாலும் சந்தேகப்பட்டுட்டாங்க . . .”

“நல்ல ஒதெ கெடச்சுதுண்ணு சொல்லுங்க.”

“ஏப்பா? நாங்க அடிக்குச் சிக்குவமா? கையிலெ இருந்த பணத்தெ எல்லா கொடுத்திட்டு குப்புற உழுந்து காலெப் புடுச்சிக்கிட்டோம். ‘நிக்காதே ஓடோணும்! திரும்பிப் பாத்தீங்கண்ணா ஒதைதா கெடைக்கும்னாங்க.’ உட்டாப் போதுமடா சாமீண்ணு புடுச்சோம் ஓட்டம்! கண்ணுக்குத் தலெ தெரியாமெ ஓடினோம் . . .”

“இப்பொ நாமொ ஓடியாந்தப்பலெ!”

“ஆமா! ஆமா! அப்படித்தா! வெகு தூரம் இட்டேறித் தடத்திலே கல்லிலியும் முள்ளிலியும் ஓடிக்கிட்டே இருந்தோம். பாவம்! அவராலெ முடியுலெ. திரும்பிப்

பாத்தாரு! இரண்டு பேரு வேகமா ஓடி வந்துக்கிட்டு இருந்தாங்க. நம்மளெ புடுச்சு ஒதைக்கத்தா வாரங்கன்னு நெனச்சிக்கிட்டு, "அடே நாச்சிமுத்து! விதி மோசம் போனோமே! ஆளுக தூரத்துறங்களெ! ஓடு! ஓடு"ன்னு மே மூச்சுக் கீமூச்சு வாங்க ஓடினார். சுத்தமா முடியாமெப் போச்சு! நிண்ணுக்கிட்டார் ...

"நீ ஓடிக்கிட்டே இருந்தாயா?"

"அவரெ உட்டுட்டுப் போவானா? நானு நிண்ணுக்கிட்டே. ஆளுக நெருங்க நெருங்க குப்பஞ் செட்டியாருக்குக் கை கால் நடுக்கமெடுத்துக்கிட்டது. கையெ எடுத்துக் கும்பிட்டுக்கிட்டு, 'நிக்கச் சொன்னா நிக்க மாட்டமங்களா?'ன்னு சொன்னாரு. எனக்கு அத்தனெ பயத்திலும் சிரிப்பு வந்திட்டது ..."

"வந்த ஆளுக என்ன பண்ணினாங்க?"

"அதெ ஏங் கேக்கறே? அவனுக ஆரோ நாடோடிப் பசங்க! தடம் தொலைய மாட்டீங்கிதுண்ணு, எங்களத் தொடரவரைக்கும் ஓடறகுதுண்ணு அவுனுக ஓடியாந்தாங்க. நாங்க அரசம்பாளயத்தாளுகதா எங்களத் தொரத்துறாங்கன்னு நெனச்சிக்கிட்டோம். அப்புறம் உழுந்து உழுந்து சிரிச்சமில்ல! அடே பேசிக்கிட்டே டேசனுக்கு வந்திட்டமே ..."

"அப்புறம் என்ன பண்ணினீங்க?" என்றான் கோவிந்தன்.

"அதெல்லாம் அப்புறம் பேசிக்கலாம். வா. போய்க் காபி குடிக்கலாம்" என்று கூறிக்கொண்டே பாதையருகில் திறந்திருந்த காபிக் கடைக்குள் கோவிந்தனுடன் நுழைந்தான் நாச்சிமுத்து.

5

இரவு வேளையில் சின்னப்ப முதலியார் நேரம் கழித்துத்தான் தூங்கப் போவார். அதே பழக்கமாகி விட்டது அவருக்கு. கள்ளுக்கடை இருந்த காலத்தில் பல கடைக் கணக்குகளைப் பார்த்து, மறுநாள் நடக்க

வேண்டிய காரியங்களுக்கு ஆட்கள் மூலம் ஏற்பாடு செய்து விட்டுப் படுக்கப் போக மணி பன்னிரண்டடித்து விடும். சில நாட்களில் அதற்கு மேலும் ஆகிப் போவதுண்டு. இப்போது அந்த வேலைகள் எல்லாம் இல்லாவிட்டாலும் அந்தப் பழக்கம் மட்டும் இன்னும் அவரை விட்டுப் போகவில்லை. பேச்சுத் துணைக்கு யாரையோ இரண்டு பேர்களைச் சேர்த்துக்கொண்டு தூக்கம் வரும் வரையிலும் பேசிக்கொண்டே இருப்பார். இப்போது அப்படிப் பேச்சுத் துணைக்குக் கருப்பண முதலியாரைத் தவிர வேற யாரையும் அனுமதிப்பதில்லை. இப்போதுதான் சின்னப்ப முதலியாருக்கு அந்தரங்க மனிதராகக் கருப்பண முதலியார் இருக்கிறாரே! அதோடு பல அந்தரங்கமான விஷயங்களைப் பேச வேண்டியிருக்கிறதே!

உள்வாசலில் எதிரெதிராக இரு கட்டில்கள் போடப்பட்டிருந்தன. சின்னப்ப முதலியாரும் கருப்பண முதலியாரும் ஆளுக்கொரு கட்டிலில் உட்கார்ந்து கொண்டிருந்தார்கள். சின்னப்ப முதலியார் அதிகமாக வெற்றிலை போடமாட்டார். சாப்பிட்டவுடன் ஒரு முறை போடுவார். ஆனால் கருப்பண முதலியாருக்கு வெற்றிலை புகையிலை இல்லாவிட்டால் சொரணையே இருக்காது. அது தெரிந்துதானோ என்னவோ தட்டத்து நிறைய வெற்றிலைப் பாக்கும் ஒரு சொம்புத்

தண்ணீரும் அவர் கட்டிலுக்குக் கீழே வைக்கப்பட்டிருந்தது. அவைகளுக்குப் பக்கத்திலேயே சிறிது தள்ளி எச்சில் உமிழப் படிக்கமும் இருந்தது. முன் நிலாக் காலமானதால் நிலா வீட்டுக்குப் பின்னால் கீழிறங்கிக் கொண்டிருந்தது. ஆனாலும் வெளிச்சம் மங்கலாக இருந்துகொண்டிருந்தது. சின்னப்ப முதலியார் கட்டிலில் போடப்பட்டிருந்த தலையணையில் சாய்ந்தபடியே கை ஊன்றிப் படுத்துக் கொண்டிருந்தார். கருப்பண முதலியார் தொண்டையைக் கனைத்துக்கொண்டு "ஏனுங்க மாமா! உங்க தெக்காலத் தோட்டத்துக்குப் பக்கத்துக் காடு வெலெக்கு வருதாம், தெரியுமிங்களா?" என்றார்.

"தெரிஞ்சு என்னுங்க மாப்பிளெ பண்றது? சக்தியுள்ள சாமியெக் கும்பிடோணும்; புத்தியுள்ள புள்ளேயெப் பெக்கோணும். எனக்குந்தா ஒரு புள்ளெ பொறந்திருக்கறான் அவெ என்னத்துக்கு ஆவான்? முன்னப்போல இருந்தா நா காதும் காதும் வெச்சாப்பல காரியத்தெ முடிச்சிருவேன். நாந்தா இப்போ தலெ முழுகிப்போட்டு இருக்கறனே" என்றார் சலிப்புடன்.

"நம்ம தோட்டத்துக்குப் பக்கமா இருக்குதே! கானான்னும் கூனான்னும் வெலெ பேசிக்கிட்டு இருக்கறாங்களேன்னு சொன்னேன்" என்றார் கருப்பண முதலியார்.

சின்னப்ப முதலியார் நிமிர்ந்து உட்கார்ந்துகொண்டார். "அதெ உட்டுத் தள்ளுங்க! இன்னுந்தா நூறு ஏக்ரா சம்பாதிச்சுக் கொடுத்தா ஆரு வேண்டாங்கப் போறாங்க? ஆனா நமக்குத்தா ஒரு வாய் கஞ்சி ஊத்தமாட்டாங்க. மகராசி எந்த நேரத்திலே என்னூட்டிலே காலெடுத்து வச்சாளோ பையனெ அலங்கோலப்படுத்தி வெச்சிட்டா. இனி அவெ ஒரு சல்லிக்குப் பிரயோசனமில்லெ. தொலயுது போங்க" என்றார்.

இருவரும் சிறிது நேரம் மௌனமாக இருந்தனர்.

மறுபடியும் சின்னப்ப முதலியார்தான் பேச்சை ஆரம்பித்தார். "நீங்க வாங்கீட்டு வந்து கொடுத்த மருந்து கொஞ்சம் வேலெ செய்துங்க மாப்பிளெ" என்றார் உற்சாகத்துடன்.

"ஆமா அதெக் கேட்க மறந்திட்டனே! இப்பொ எத்தனெ வேளெ ஆச்சுங்க? மூணு வேளெயிங்களா? அதுக்குளெ கொணத்தெக் காட்டுதுங்களா?" என்று கூறிவிட்டுப் பதிலுக்குச் சிறிது நேரம் எதிர்பார்த்தார். ஆனால் பதில் வராமல் போகவே, "இன்னொண்ணு சொல்ல மறந்திட்டானே! நம்ப நாச்சிமுத்தெ நேத்துத் திருப்பூரிலே பாத்தனுங்க. அடே அப்பா! என்னெக் கண்டதும் உடமாட்டீனிட்டானுங்க. காபிக் கடைக்குப் போயே தீரோணுமின்னு இழுத்துக்கிட்டுப் போயிட்டானுங்க. அப்புறம் அங்கெ கூட்டிக்கிட்டுப் போயிச் சும்மா உட்டானா? அதெயும் இதெயும் கொண்டான்னு முன்னாலே குமிச்சுப் போட்டானுங்க. நேத்து எங்கயோ ஆட்டத்திலே ஒரு அடி அடிச்சிட்டாம் போலிருக்குதுங்க" என்று கூறிவிட்டுச் சிரித்தார்.

"அதெல்லாம் மனுசரைக் கண்டுட்டா உடமாட்டானுங்க. கையிலே காசிருந்திட்டா அவனெப் புடிக்க முடியாதுங்க. நம்மகிட்ட இருந்தபோது, அப்பொ அவெ சம்சாரம் இருக்கறா ஐம்பதுன்னு நூறுன்னு ஜவுளி வாங்கீட்டு வருவான். நான் அப்போ அவனப் கூப்பிட்டு இரண்டு கேள்வி கேப்பனுங்க" என்று கூறி நிறுத்தினார் சின்னப்ப முதலியார்.

"என்ன கேட்பீங்க மாமா?" என்றார் கருப்பண்ண முதலியார் ஆவலுடன்.

சின்னப்ப முதலியார் சிரித்தார். "நாச்சிமுத்து! ஆட்டுக்கு வாலு ஏ அளந்து வெச்சிருக்குது? குதிரைக்கு ஏங் கொம்பு மொளக்கிலெ தெரியுமான்னு கேப்பேன். அவெ பேசாமெச் சிரிச்சிக்கிட்டுப் போயிருவான்" என்றார்.

கருப்பண முதலியார் பலமாகச் சிரித்தார்.

“ஆமா மாப்பிளெ! பின்னெ என்னன்னு இருக்கறீங்க? அவங் கையிலெ எல்லா காசு சேந்துதுன்னா ஊரிலே ஒருத்தரையும் குடியிருக்க உடமாட்டானுக!” என்று கூறிவிட்டு நிறுத்தினார்.

கருப்பண முதலியார் சிறிது நேரம் வரையிலும் அவர் பேசுவார் என்று எதிர்பார்த்துவிட்டு, “ஏ மாமா பாதியோடு உட்டுட்டீங்க?” என்றார்.

“இல்லெ, என்னப் பத்தியே நா நெனச்சுப் பாத்துக் கிட்டே. பணம் சம்பாதிக்கிறபோது வேறெ நெனப்பு வரக்கூடாது மாப்பிளெ. அப்படி இருக்கோணும் இப்படி இருக்கோணும், அது இதுன்னு ஒண்ணும் மனசிலே நெனச்சிக்கப் படாதுங்க. அப்படி எதாச்சும் செலவு பண்ண நெனச்சோம் அப்பறம் பணம் சேராதுங்க” என்றார் சின்னப்ப முதலியார்.

“நல்லாச் சொன்னீங்க.! போன தடவை நாச்சிமுத்து வந்திருந்தானுங்கல்ல, காங்கயத்திலிருந்து ஒரு குதிரை வண்டி வச்சுக்கிட்டுத் தடபுடலா வந்தானுங்க. என்னடாண்ணு பாத்தா போறபோது காருக்கு ஒரு ரூபா கொடுங்கன்னு வாங்கீட்டுப் போறான். நீங்க சொன்னாப்பலெதா இருக்குது பொழப்பு... அவெ எக்கேடோ கெட்டுப் போகட்டுங்க. உங்க சாதகத்தெ தேடி எடுக்கறமினீங்களே; கெடச்சுதுங்களா?” என்றார் கருப்பண முதலியார்.

“தேடிப் பாத்தனுங்க. அது அந்த ஊட்டிலே சிக்கிப் போச்சோ என்னவோ தெரியலீங்க, எதுக்கும் இன்னொருக்காப் பாத்திடறனுங்க. பின்னொரு சோசியக்காரன் சொல்லியிருக்கிறான். எஞ் சாதகத்திலே இன்னொரு சுபகாரியம் இருக்குதுன்னுதா சொன்னான் மாப்பிளெ. எனக்கு ஒடம்புக்கு ஏதாச்சும் நோவா நொடியா? அதெல்லா ஒண்ணும் கெடயாதுங்களே? எப்பாச்சு

ஒருக்கா எதாச்சு சேராதது சேந்துதுன்னா நெஞ்செ வந்து குப்பினு அடைக்கும். அதெக் கொஞ்சம் கையிலெ நீவி உட்டாக் கூடத் தணிஞ்சு போகும்! அதைத் தவிர எனக்கென்னுங்க மாப்பிளெ?" என்றார் சின்னப்ப முதலியார்.

கருப்பண முதலியார் மனதிற்குள்ளாகவே சிரித்துக் கொண்டார். தம் குரலை மிகவும் உற்சாகப்படுத்திக் கொண்டு, "உங்களுக்கென்ன மாமா? ராசாவாட்ட இருக்கறீங்க! அந்த எடத்திலே, இப்பொ நா பேச்சுக் கொடுத்திட்டு வந்திருக்கிறனே, அந்த எடத்திலே வாச்சிட்டுதுன்னா ஒழுங்காப் போயிருமுங்க" என்றார்.

"அதெல்லாம் வாய்க்கும். நீங்க மனசு வெச்சா எதுதா வாய்க்காமெப் போகும்?"

"நீங்க என்னமோ சொல்றீங்க? ஆனா நா படற பாடு ஆருக்குத் தெரியுமிங்க? இப்பொ எம் மண்டெ உருளுதுங்க மாமா. நாந்தா உங்களெக் கெடுக்கறனாம் போங்க." என்று கூறிக்கொண்டே கொட்டாவி விட்டார்.

"எந்த நாயோ என்னமோ சொல்லீட்டுப் போகுதுங்க . . ."

"ஆமாங்க, அதெல்லா ஆரு காதிலே போட்டுக்கறாங்க? ஒரு பேச்சுக்குச் சொல்லி வச்சனுங்க. நேரம் வெகு நேரமாயிட்டாப்பலெ இருக்குதுங்களா?" என்றார் கருப்பண முதலியார் மறுபடியும் கொட்டாவி விட்டுக் கொண்டே.

"ஆனா நீங்க படுங்க மாப்பிளெ" என்று கூறிவிட்டுச் சின்னப்ப முதலியாரும் கட்டிலில் மறுபக்கம் திரும்பிப் படுத்துக்கொண்டார்.

கருப்பண முதலியார் அடுத்த கணமே குறட்டை விடத் தொடங்கினார். அவருக்கென்ன கவலை? சின்னப்ப முதலியாருக்குப் பெண் தேடும் வேலையில் ஈடுபட்டிருக்கும் வரையிலும் அவருக்கு ஒரு கவலையும்

ஏற்பட நியாயமில்லை. வருகிற தை மாதத்தில் எப்படியோ தம் மகனுடைய கலியாணத்தை நடத்தி விடுவதென்று கங்கணம் கட்டிக்கொண்டிருந்தார். பெண்ணிருக்கிற வீடெல்லாம் சல்லடை போட்டுச் சலித்துக்கொண் டிருந்தார். போகிற செலவுகளுக்குத்தான் பணம் கொடுப்பதற்குச் சின்னப்ப முதலியார் இருக்கவே இருக்கிறார். ஊரிலுள்ளோரும் கருப்பண முதலியார் தம் மகனுக்குப் பெண் தேடுகிறார் என்று சொல்வதில் அவருக்கு ஒன்றும் பயமில்லை. ஏனென்றால் சின்னப்ப முதலியாரிடமும் அவர் அப்படித்தானே சொல்லி வைத்திருக்கிறார். காரியம் கைகூடும் வரையிலும் விஷயம் வெளிக்கு வராமலிருப்பது நல்லதல்லவா? அனுபவசாலி யான சின்னப்ப முதலியாருக்கு இது கூடவா தெரியாது?

கருப்பண முதலியாரும், ஏதாவது ஒரு பெண் சின்னப்ப முதலியாரைத் திருமணம் செய்துகொள்ள வருமேயானால் அதை வேண்டாமென்று தடுத்து விடுவார் என்று சொல்லிவிட முடியாது. அவருக்குதான் கலியாணம் ஆகிவிட்டுப் போகிறது. இந்த உலகத்திலே எத்தனை கலியாணங்கள் நடைபெறுவதில்லை? எல்லாக் கலியாணங்களுமே இன்பமான குடும்ப வாழக்கையாக அமைந்து விடுகிறதா? இன்பம் கிட்டும் என்று முதலில் எதிர் பார்த்து ஏமாந்து போவதில்லையா? ஆனால் சின்னப்ப முதலியார் விஷயத்தில் அப்படி ஏமாந்து போவதற்கு இடமில்லையல்லவா? அந்த வகையில் பார்த்தால் கலியாணத்தின் ஆரம்பத்திலேயே வெற்றிதானே? பெண் கொடுக்கிறவரும் சம்மதித்து, கலியாணப் பெண்ணும் சம்மதித்துக் கலியாணம் செய்துகொள்வதாயிருந்தால் அதைவிடப் பொருத்தமான மணம் வேறெங்காகிலும் உண்டே? மாப்பிள்ளை கிழவனாக இருந்தால் என்ன? குமரனாக இருந்தால் என்ன? அதோடு பாடுபடும் தமக்கும் இரண்டு காசு கிடைக்கப் போகிறதே. அதை வைத்துக் கொண்டு தம் மகனது கலியாணத்தையும் ஜாம் ஜாம் என்று நடத்திவிடலாமே? இந்தத் திட்டம் நிறைவேறும்

என்பதில் எள்ளளவேனும் கருப்பண முதலியாருக்குச் சந்தேகமில்லை. அப்புறம் கருப்பண முதலியாருக்கு ஆனந்தமாகத் தூக்கம் வருவதற்குக் கேட்கவா வேண்டும்?

ஆனால் சின்னப்ப முதலியார் விஷயம் அப்படி அல்ல. அவருக்கு எத்தனையோ கவலைகள். திருமணக் கவலை அவரைச் சதா வாட்டித் துன்புறுத்திக்கொண்டிருந்தது. அவர் தோன்றி இதுவரையிலும் முந்நூறு ஏக்ராவுக்குக் குறையாமல் பூமி சம்பாதித்திருக்கிறார். அதோடு கையிலும் ரொக்கமாக ஐம்பதினாயிரத்துக்கு அதிகமாகவே பணமுண்டு என்று மட்டும் அவருடைய மருமகளுக்குத் தெரியுமே ஒழிய இத்தனை ரூபாய்தான் இருக்குமென்று நிச்சயமாக அதிமேதாவியான கூடத் தெரியாது. சொத்துச் சம்பாதித்தார். எப்படி எந்த வகையில் பணம் சேர்த்தார் என்று அவருக்கே தெரியாது. எல்லாப் பணக்காரர்களைப் போலத்தான் அவரும் தொழில் செய்தார். நாய், நாய்க்குட்டி போடுவது போல, பணமும் பணக்குட்டி போட்டது. இவரால் பூமியை விட்டுவிட்டு எத்தனையோ பேர் ஊரை விட்டு ஓடியதும் உண்டு. இவர் பூமியிலே இன்றும் எத்தனையோ பேர் பிழைத்துக் கொண்டிருப்பதும் உண்டு. ஆனால் ஒன்று மட்டும் நிச்சயம் சொல்லலாம். இவரால் பிழைப்பவர்கள் என்று சொல்லப்படுபவர்களால் இவருக்கு ஆதாயம் இல்லாமல் இல்லை. என்ன ஆதாயம் இருந்து என்ன பிரயோசனம்? இவர் என்ன சுகத்தைக் கண்டார்? 'பணம்... பணம்' என்று பணத்தைத் தேடினார். யாருக்காகத் தேடினாரோ அவன் இன்று தனக்கு விரோதியாகப் பட்டது அவருக்கு. இத்தனை நாளும் பொருள் தேடப்பட்ட கஷ்டங்களெல்லாம் பொருளற்றதாகப் பட்டது அவருக்கு. அந்தப் பொருளினால் பெற்ற பிள்ளையின் உள்ளத்தைக் கூடக் கவர முடியவில்லையே. இத்தனை செல்வத்தைத் தேடித் தந்தும் என்ன பிரயோசனம்? தாம் தேடிக் கட்டி வைத்த பெண்ணின் சொற்படிதானே ஆடுகிறான் பெற்ற மகன்? இன்று அவர் தன்னுடைய வாழ்க்கையை ஒருமுறை

முதலிலிருந்து நினைத்துப் பார்க்கையில் ஒரு விஷயம் அவருக்கு நன்கு புலப்பட்டது. எத்தனை செல்வமிருந்தும் தமக்கு ஓர் சுகமிருப்பதாக அவருக்குப் புலப்படவில்லை. வயதுக் காலத்தில் தன்னை இந்த உலகில் யாருமே ஆதரவுடன் அன்புடன் நோக்குவதாகத் தெரியவில்லை.

மனைவி உயிருடன் இருக்கும் வரையிலும் அவரை அப்பழுக்குச் சொல்லிவிட முடியாது. அவள் காலமான பிறகுகூட மகனுக்குக் கலியாணமாகி மூத்த குழந்தை பிறந்து, மருமகள் ஆட்சி குடும்பத்தில் ஆரம்பமாகும் வரையிலும் அவர் ஒழுங்காகத்தானிருந்தார். அதற்கப்புறம்தான் அவருடைய வாழ்க்கையிலேயே ஓர் அதிருப்தி ஏற்பட்டது. இந்த அதிருப்தி பெண்ணில்லாக் குறையின் விளைவு என்பது திருப்பூர் பாப்பாளைப் பார்க்கும் வரையிலும் அவருக்குத் தெரியவில்லை.

பாப்பா வந்தாள். எத்தனை நாளிருந்தாள்? ஏன் போனாள் என்பதெல்லாம் ஓர் தனிக் கதை. ஆனால் இப்போதுகூட அவர் மனதில் அவள் விஷயத்தில் தான் சரியாக நடந்துகொள்ளவில்லை என்று தோன்றுவதுண்டு. அதற்கப்புறம் எத்தனையோ பெண்கள் இரண்டு மாதம் மூன்று மாதம் வந்து தங்கியிருந்துவிட்டு அகப்பட்டதைச் சுருட்டிக்கொண்டு போனார்கள். ‘சுருட்டுவது’ என்றால் தங்கள் பழைய சேலைகளை எடுத்துச் செல்வது என்பதுதான் சரியான அர்த்தம். எண்ணிச் சுட்ட பணியாரம் மாதிரி கணக்காகத்தான் கொடுப்பார். புதுப் பெண்ணா முதலியார் சர்வாலங்கார பூஷிதையாகப் பூட்டிப் பார்ப்பதற்கு? அவர்களைப் பற்றி எல்லாம் அவர் நினைப்பதேயில்லை. ஆனால் பல்லடம் பொன்னாளை அப்படிச் சொல்லி விடுவதற்கில்லை. அவளால் இவருக்கு எத்தனையோ தொல்லை ஏற்பட்டதுண்டு. இருந்தாலும் அவளுடன் நடத்திய வாழ்க்கை இன்னும் அவருக்கு இனித்தது. அவள் – பல்லடம் பொன்னாள் தான், இவரை ஒரு கிழவனாகவே பாவிக்கவில்லையே! கட்டிளங் காளையாகவல்லவா நினைத்துக்கொண்டு சரசமாடினாள். ஆஹா! அவள்

சிரிப்பே ஓர் அழகு. பேச்சு? அதுவும் அழகுதான்! ஏன், எல்லாமே அழகுமயம்தானே!

இப்படித்தான் அவர் கட்டில் போட்டு வாசலில் படுத்துக்கொண்டிருந்தார். அருகில் பொன்னாளும் படுத்துக்கொண்டிருந்தாள்; இவருக்கு நல்ல தூக்கம். வெளிக் கதவை யாரோ பலமாகத் தட்டுவது கேட்டது. இவர்தான் எழுந்துபோய்த் திறந்தார். வெளியில் இரண்டு குதிரை வண்டிகள் நின்றுகொண்டிருந்தன. அதில் நிறைய ஆட்கள் இருந்தார்கள் என்பது பின்னால் கோர்ட் விசாரணையில் வெளியாகியது. கதவைத் திறப்பதற்கு முன்பே கதவைத் தள்ளிக்கொண்டு இரண்டு முரடர்கள் வீட்டுக்குள் நுழைந்தார்கள். அவர்களில் ஒருவனை இவருக்கு நன்றாகத் தெரியும், ஆமாம்! அவனே தான்! பொன்னாளை இதற்கு முன் அவன்தான் ஆபத்பாந்தவனாக அடைக்கலம் தந்து வைத்துக்கொண்டிருந்தான். சின்னப்ப முதலியாருக்கு அவனைக் கண்டதும் ‘கருக்’கென்றது. பொன்னா இன்னும் தூங்கிக்கொண்டு தானிருந்தாள். வந்தவர்களில் ஒருவன் துச்சாதனன் போல் அவள் மயிரைப் பிடித்து இழுத்துக் கொண்டு போனான். அப்போது தூக்கக் கலக்கத்தில் அவளுக்கு ஒன்றுமே புரியவில்லை. பிறகு அனைத்தையும் புரிந்துகொண்டாள். ‘ஐயோ! என்னெ உட்டுடுங்கோ’ எனக் கதறினாள். ‘சும்மா பாத்துக்கிட்டு இருக்கறீங்களே’ என்று அவள் இவரைப் பார்த்துக் கூவியது இன்னும் அவர் காதில் ஒலித்துக் கொண்டுதான் இருக்கிறது. அப்புறம் கோர்ட்டிலும் அதை அப்படியே சொன்னார். இப்போது அதை நினைத்துக்கொண்டாலும் அவருடைய கிழ ரத்தம் உஷ்ணமடைகிறதே.

பாவிகள்! அவளை உயிரோடு விட்டு வைத்திருக்கக் கூடாதா? அவளை எங்கு அடைத்து வைத்திருந்தாலும் இவரைத் தேடிக்கொண்டு ஓடி வராமலா இருப்பாள்?

அவளுக்கும் நிறையச் சாராயத்தைக் கொடுத்தார் களாம். அதற்கப்புறம்..? என்னவோ செய்துவிட்டுப் போகிறான்கள் சனியன்கள்! கடைசியில் கழுத்தை

நெரித்துப் பாழுங்கிணற்றில் அல்லவா போட்டுவிட்டுப் போய்விட்டார்கள்!

தூக்கு தண்டனை! ஆமாம். பொன்னாளின் மாஜிக் காதலனுக்குத் தூக்கு தண்டனைதான் கிடைத்தது. அதற்காகச் சாட்சி சொல்லச் சின்னப்ப முதலியார் பல தரம் கச்சேரிக்குப் போனார். அவருடைய மன உறுதியைக் கண்டு போலீஸ்காரர்கள் பாராட்டினார்கள். நல்லவர்கள் பாராட்டத்தானே செய்வார்கள். அவனுடைய மனைவி, அந்தக் கொலைகாரனுடைய இளம் மனைவி சின்னப்ப முதலியாரிடம் வந்து கெஞ்சினாள். எனக்கு வேறு திக்கில்லை என்று மன்றாடினாள். ஆனால் சின்னப்ப முதலியார் அதையெல்லாம் அன்று காதிலேயே போட்டுக் கொள்ளவில்லை. இன்று அவள் வந்தால்கூட அவர் ஆதரிக்கத் தயார்தான். ஆனால் அவள் எங்கிருக்கிறாளோ யார் கண்டார்கள்?

எதற்காக இவைகளை எல்லாம் நினைத்துக் கொண்டாரோ தெரியவில்லை. இன்னும் சற்று நேரம் கருப்பண முதலியார் பேசிக்கொண்டிருந்திருந்தால் இவரும் படுத்தவுடன் தூங்கியிருப்பாரோ என்னவோ!

புரண்டு புரண்டு படுத்தார். பக்கத்துப் பட்டிச்சாவல் கொக்கரித்ததுகூட அவருக்கு லேசாகக் கேட்டது. அதற்கப்புறம் கொஞ்சம் கொஞ்சமாக மனப் போராட்டத்திலிருந்து விடுதலை அடைந்தார்.

6

நாச்சிமுத்துவும் கோவிந்தனும் அருணாசலம் ஜின்னிங் பேக்டரியிலிருந்து வெளியில் வந்துகொண்டிருந்தார்கள். கோவிந்தன் தன் கையிலிருந்த பீடியை எறிந்துவிட்டு "இப்பொ எங்கண்ணா போறது? ஊட்டுக்கா?" என்று கூறினான்.

காலை பத்து மணிக்கே வெயில் சுள்ளென்று அடித்துக் கொண்டிருந்தது. பருத்திப் பாரமும் பஞ்சுப் பாரமும் ஏற்றிய இரட்டை மாட்டு வண்டிகள் தெருவில் போய்க் கொண்டும் வந்துகொண்டுமிருந்தன. நாச்சிமுத்துவுக்குக்

கோவிந்தன் கூறியவைகள் காதில் விழவில்லை. அவன் என்னவோ சிந்தித்துக்கொண்டிருந்தான். "என்ன யோசனெ பலமா இருக்குதே? எந்தக் கோட்டையெப் புடிக்கறதுக்கு யோசிக்கிறீங்க?" என்றான் கோவிந்தன்.

நாச்சிமுத்து கோவிந்தனை உற்றுப் பார்த்துவிட்டு, "அடெ! என்னமோ யோசிச்சுக்கிட்டு இந்தப் பக்கமா வந்திட்டமே? முனிசிபாலிட்டிக்கு எதிரிலிருக்கிற வெத்தலெ பாக்குக் கடைக்காரன் நம்மளக் கண்டா சும்மா உடுவானா? திரும்பு! திரும்பு! ஸ்வரன் கோயில் வழியா ஆத்திலே எறங்கி போயிடலா" என்றான் நாச்சிமுத்து.

"ஆத்து மேட்டிலே வண்ணான் இருப்பானே?" என்று சொல்லிக்கொண்டு கோவிந்தன் சிரித்தான்.

"அட, அவங்கிட்டத்த நம்மத்துணி கொஞ்சம் இருக்குதல்ல? சொல்லிக்கிட்டாப் போச்சு வா."

இருவரும் வந்த வழியே திரும்பினார்கள். சிறிது நேரம் மௌனமாக நடந்தார்கள். ஆற்றுக்குள் இறங்கி கரை ஏறியதும், "என்ன பொழப்புப் போ, மானங்கெட்ட பொழப்பு. ஊரை விட்டு வந்து எத்தனை நாளாகுது? புள்ளெ எப்படி இருக்குதோ! எனக்கு அதே கவலெ தா கோவிந்தா!" என்றார் நாச்சிமுத்து.

"புள்ளைக்கு என்னண்ணா அதுக்குத்தா அவுங்க அத்தெ இருக்குதே? நீங்க போயிப் பாலா குடுக்கறீங்க?"

“இல்லீப்பா! தாயில்லாக் குழந்தைன்னு சிறுசிலிருந்து செல்லமா வளத்திட்டே! அந்த எளவு என்னெக் காணாட்டி ஒரு சுத்து எளச்சுப் போயிடுமப்பா?”

“நாமதா என்னண்ணா பண்ணித் தொலைக்கிறது? ஒண்ணும் பலிக்கமாட்டேங்குதே? நாயெக் கண்டா கல்லெக் காணாம் கல்லெக் கண்டா நாயெக் காணாம்னு இருக்குது. சட்டுபுட்டுனு எதாச்சும் ஒரு காரியம் ஆச்சுன்னா தேவலாம்.”

“காரிய மாறதுக்கு எங்கப்பா அவெ உடர்றான்? சுத்தக் கருமிப் பயலா இருக்கறானே அருணாசலம்! காசு வாங்கறவன்னு தெரிஞ்சா கொஞ்சம் முன்னப் பின்னக் கொடுக்கப்படாது? இவனுக்கு வர்ற சீட்டு மேசையே போதுமேப்பா? பஞ்சு கூட அரைக்க வேண்டியதில்லயே?”

“ஏனோ பயப்படுவாபோல இருக்குதண்ணா புதுசா வந்திருக்கிறவன் எப்படிப்பட்டவனோ? காசு வாங்க மாட்டானோ என்னமோ?”

“இந்தக் காலத்துலே எவனப்பா காசு வேண்டாம்பா? நீ பேசறாய் பாரு?”

இருவரும் பேசிக்கொண்டே வீட்டை அடைந்தார்கள். வாலிபாளையத்தில் பெண்கள் பள்ளிக்கூடத்துக்கு அருகிலுள்ள தெருவில் வீடு இருந்தது. சிறிய சந்துதான். இருவரும் வீட்டுத் திண்ணையில் போய் உட்கார்ந்ததும் நாச்சிமுத்துக் கோவிந்தனிடம், “எனக்கு மத்தியானம் சோறு வேண்டாம். அம்மா கிட்டச் சொல்லிக் கொஞ்சம் சுக்குத் தண்ணி போடச் சொல்லு. ஒடம்புக்கு எப்படியோ இருக்குது” என்றான்.

“இந்த வெய்யல் நேரத்திலயா சுக்குத் தண்ணி குடிக்கப் போறீங்க? சும்மா சாப்பிடுங்கண்ணா. எல்லாம் செரியாப் போயிடும். அதுக்குள்ளெ மனசு உட்டுட்டீங்களே?”

“அதெல்லா ஒண்ணுமில்லெ. ஊருக்கு போகோணுமின்னு இருக்குது!”

“இருந்ததே இருந்தீங்க, இண்ணக்கி என்ன சனிக்கிழமையா? இன்னும் மூணே மூணு நாள் இருந்து பாத்திட்டுப் போயிடுங்க. வார செவ்வாய் சந்தைக்கெடுவல்ல! ஒரு சமயம் ஆட்டம் தெரக்கா கூடினாலும் கூடுமண்ணா!”

“சரி, அதையும் தா பாப்பமே! நீ சொல்லமாட்டாய் நானே அம்மா கிட்டப் போயிச் சொல்லிக் கொள்றேன்,” என்று கூறிக்கொண்டே வீட்டிற்குள் எழுந்து போனான் நாச்சிமுத்து.

○○○

வேப்பங்குச்சியால் பல் தேய்த்துக்கொண்டு கிணற்று மேட்டில் உட்கார்ந்துகொண்டிருந்தார் சின்னப்ப முதலியார். பொழுது கிளம்பி வேலிக்கு மேல் வந்திருந்தது. வாரி வெளியில் நிழலுக்காக நடப்பட்டிருந்த மலை வேப்ப மரத்திலிருந்து காய்கள் உதிந்து தரை எங்கும் சிதறிக் கிடந்தன. கிணற்று மேட்டுக்குச் சற்றுத்தள்ளி வடபுறமாகத் தொண்டுப்பட்டி யிருந்தது. சுப்பன் அப்போதுதான் தோட்டத்து ஆள் கறந்து கொடுத்த மாட்டுப் பாலை வாங்கிக் கொண்டு வீட்டிற்குப் புறப்பட்டுக்கொண்டிருந்தான். இனிமேல்தான் அவன் போய் பால் காய்ச்சி காபி போட வேண்டுமாதலால் முதலியார் சாவகாசமாகப் பல் துலக்கிக்கொண்டிருந்தார். பருத்திச் செடிகளும் வெடிக்கு வந்துவிட்டன. சோளக்கதிர்களும் முற்றி விட்டன. ஆகையால் கிணற்றுநீர் இறைக்காமல் தண்ணீர் அரைக் கிணற்றுக்குமேல் உயர்ந்திருந்தது. தென்னம் பிள்ளைகளுக்கும் வாழைத் தோட்டத்திற்கும், மாடு கன்றுகளுக்காகவும் சிறிது நேரம் எஞ்சின் தண்ணீர் இறைப்பதுண்டு. முதலியார் கீழே போட்டு உட்கார்ந்திருந்த மேல்துண்டை எடுத்து உதறித் தோளில் போட்டுக் கொண்டு நடக்கத் தொடங்கினார்.

இட்டேறிக் கடவுக்குப் பக்கத்தில் கருப்பண முதலியார் வந்துகொண்டிருப்பதைப் பார்க்கவே ஆச்சரியமாக

இருந்தது. கருப்பண முதலியார் இங்கு வருவது ஒன்றும் ஆச்சரியப் படக்கூடிய விஷயமல்லதான். இருந்தாலும் இந்நேரத்தில், அதுவும் இவ்வளவு அவசரமாக வருவது ஆச்சரியமாகத்தானிருந்தது. சின்னப்ப முதலியார் அதற்குள் கிணற்று மேட்டைக் கடந்து வீட்டு வாசலில் போய் நின்றுகொண்டார். கருப்பண முதலியார் நெருங்க நெருங்க நடையும் வேகமாகிக்கொண்டு வந்தது. காலையில் இன்னும் பல்கூட விளக்கவில்லை போலிருக்கிறது. நெற்றியிலே பட்டை பட்டையான விபூதியைக் காணோம். குடுமிகூட ஒழுங்கு படுத்தப்படாமல் பாதி அவிழ்ந்து பின்னால் தொங்கிக்கொண்டிருந்தது. வாயிலே வெற்றிலை புகையிலைகூட இல்லை போலிருக்கிறதே!

அவர் சிறிது தூரத்தில் வந்துகொண்டிருக்கும் போதே சின்னப்ப முதலியார், “ஏதுங்க மாப்பிளெ, காலங்காரத்தாலெ வெகு வேகமா வாராப்பலெ இருக்குது?” என்றார்.

“என்ன பண்றதுங்க மாமா? வராமலெ இருக்க முடியலீங்களே. உங்க மருமக பேசின பேச்சு ஒரு நாய் கூடக் குறுக்கே போகாதுங்க.” என்றார் ஆத்திரத்துடன்.

“எம் மருமவளா? அந்தக் கழுதெ முண்டெ உங்களெ எனத்துக்கு மாப்பிளெ பேச வாரா?”

“எல்லா உங்களாலெ வந்ததுதா. நானில்லாமப் போனா நீங்க கலியாணமின்னே நெனக்க மாட்டீங்களாம்?”

“உம். அப்புறம்?”

“அப்புறம் என்ன? சாகப்போற கெழவனுக்கு நீ கல்யாணத்தெப் பண்ணி வெச்சிட்டு ஊரிலே இருந்திருவயா ங்கறா?”

“என்ன செஞ்சு போடுவாளாம்?”

“அவுங்கப்பங்கிட்ட இருக்கற திருட்டுத் துப்பாக்கியெக் கொண்டாந்து சுட்டுத் தள்ளீடுவாளாம்?”

"மாப்பிளெ! என்ன இருந்தாலும் பொம்பிளெ கெட்டிக்காரிதாம் போங்க. நீங்க அதெக் கண்டு மெரண்டுக்கிட்டீங்க ளாக்கும்?"

"போங்க மாமா! நீங்க ஒண்ணு! அந்தச் சலசலப்புக் கெல்லாம் நானா பயந்துக்குவே? பொம்பிளெயோட வாய் உட்டுக்கிட்டா நல்லால்லையேன்னு பாத்தே! கொஞ்ச நா எடம் கொடுத்திருந்தன்னா பசங்க சும்மா உட்டுருவாங்களா? காலங்காரத்தாலே ஊரே கூடிப் போய்ச்சுங்க."

"இத்தனெ நாளும் பாவம் நாய்க போய்த் தொலயுதுன்னு இருந்தே. இனிக் கையகலக் காடுகூட உடமாட்டே மாப்பிளெ. நீங்க பாத்துக்கிட்டே இருங்க. நா சம்பாதிச்ச சொத்துத்தானே? எதாச்சும் கோயில் குளத்துக்கு எழுதி வச்சாலாவது போற எடத்துக்குப் புண்ணியமுண்டு. இந்த நாய்களுக்கு ஏ மாப்பிளெ உடோணும்?"

கருப்பண முதலியாருக்கு இதைக் கேட்கவும் உச்சி குளிர்ந்துவிட்டது. வந்த போதிருந்த ஆத்திரமெல்லாம் அடங்கிவிட்டது. அவர் கொஞ்சம் உற்சாகத்துடன், "கோயில் குளத்துக்கு எழுதி வைக்கறதுக்கு இது என்ன புள்ளை இல்லாத சொத்தா? வார மகராசி அனுபவிச்சிட்டுப் போறா? அவ வயித்திலே ரண்டு குஞ்சு குளுமான் பொறக்காதுன்னு ஆரு கண்டா?" என்றார்.

சின்னப்ப முதலியாரும் இப்போதுதான் தம் தவறை உணர்ந்தார். தனக்கு வரப்போகும் மனைவியையும், அவள் மூலம் தனக்கு ஏற்படப்போகும் சந்தான பாக்கியத்தையும் எண்ணி மனம் பூரித்துப் போனார். "ஆகட்டுங்க மாப்பிளெ. அப்படியே செஞ்சாப் போச்சுங்க. தலைக்கு மேலே சான் போனா என்ன? மொழம் போனா என்னுங்க?" என்றார்.

"சேச்சே! அது கூடாதுங்க. என்னிருந்தாலும் அதுவும் நாம பெத்த பிள்ளெதானுங்க? அதோடு இன்னொண்ணு

பாருங்க, நம்ம காலத்துக்குப் பின்னாலெ, நாம்மளெ நம்பி வந்தவளெ சிக்கலலே மாட்டி உடக் கூடாதுங்க. நாமிருக்கற வரைக்கும் ஒண்ணும் வாலாட்ட முடியாதுன்னு வையுங்க. அதுக்கப்புறம் சும்மா இருப்பாங்களா?"

"அதுக்கு ஊருக்குளெ உங்களப்போல நாலு மனுச ரில்லாதயா போச்சுங்க?"

"இருந்தாலும் தொந்தரவு தானுங்களே?"

"அப்படீன்னா இன்னின்னாருக்கு இவ்வளவுன்னு எழுதி வெச்சிடறதுங்க? அப்பொ ஆரு என்ன செய்ய முடியுமிங்க?"

"ஊம்! இது சரியான யோசனையுங்க. பாருங்க! இந்தத் தை முடியறதுக்குளெ கலியாணத்தெ நடத்தி வெக்காமப் போனா, எம் பேரு கருப்பண முதலி அல்லுங்க? அப்பத் தெரியும் அம்மாளுக்கு இந்தக் கருப்பண முதலி ஆருன்னு."

"அந்த நாய் கெடக்குதுங்க. ஆமா உங்களெ இன்னொண்ணு கேட்காமெ உட்டுட்டானே! பெரியதம்பி கிரிய தம்பிகூட வந்தானா?"

"அவரு வந்திருந்தா இவ்வளவு தூரத்துக்குப் பேச்சு வந்திருக்காதே. நானும் நாயமாச் சொல்லி அவரையும் கலியாணத்தெ இருந்து நடத்திவைக்கச் சொல்லி இருப்பனே?"

"அவனெ உடுவாளா? எதொண்ணுக்கும் இவ முந்தி வந்து வந்துதானே அவனெ அடக்கிவச்சு குட்டிச் சுவராக்கீட்டா? அவங்கிட்ட இப்பொ ஒண்ணுமில்லெ மாப்பிளெ. வெறும் சக்கைதா ... சரி, நேரமாயிட்டது. வாங்க இங்கதா பல்லெ விளக்கீட்டு காபி குடிச்சாப் போகுதுங்க?"

"சரியாப் போச்சுப் போங்க! இண்ணக்கிச் செவ்வாய்க்கிழமையல்லுங்க. திருப்பூருச் சந்தெயிங்கல்ல? இந்தனைக்கா வண்டியிலெ ஜவுளி எல்லா ஏத்தீருப்பாங்க.

போயிக் குளிச்சிட்டு சந்தைக்குப் போகவாண்டாமுங்க?.. இன்னொரு சங்கதி" என்று கூறிவிட்டுச் சுற்றுமுற்றும் பார்த்தார். பிறகு முதலியாருக்கு மிகச் சமீபமாகச் சென்று, "இண்ணக்கி, காடையூருக்காரர் சந்தைக்கு வாரமின்னு சொல்லீருக்காங்க. சம்மதமின்னு சொல்லீட்டாங்கன்னா, சம்மதம் கொடுத்திருவாங்க, இதிலே எனக்குத் துளிக்கூடச் சந்தேகமில்லே. அப்படியே போயி ஒரு பத்துப் பவுனுச் சங்கிலியெப் போட்டு உறுதிப்படுத்திட்டு வருட்டுமான்னு கேக்கறேன்?" என்றார்.

"பத்துப் பவுன் என்னுங்க மாப்பிளெ? இரவது பவுனாப் போட்டுட்டு வாங்க! உங்களெ ஆரு வேண்டாமினது? உங்களுக்குப் பணந்தானே வேணும்? இதோ கொண்டாரேன்" என்று கூறிக்கொண்டு அவசரமாக வீட்டிற்குள் சென்றார்.

கருப்பண முதலியாருக்கு அதிகாலையில் 'நல்ல வேட்டை கிடைத்ததடா' என்ற பரம திருப்தி! இரு கைகளாலும் முகத்தைத் துடைத்துக்கொண்டு, அவிழ்ந்திருத தமது குடுமியை உதறி முடிந்துகொண்டே, "அடே, சுப்பா! வெத்திலெத் தட்டை எடுத்தாடா," என்று உத்தரவிட்டார்.

7

பிற்பகல் மூன்று மணி சுமாருக்கு தேவானை விறகுச் சுமையுடன் வீடு திரும்பினாள். வீட்டு வெளிவாசல் வாயிற் படிமீது தன் 'அப்பா' நாச்சிமுத்து உட்கார்ந்திருப்பதைக் கண்டு திடுக்கிட்டுப் போனாள். ஊரிலிருந்து தன் தகப்பனார் வந்துவிட்டால் இதற்கு முன்பெல்லாம் அளவுகடந்த சந்தோஷமடையும் தேவானை இன்று ஏனோ தந்தையைக் கண்டதும் திகிலடைந்தாள். அவள் உள்ளத்திலே விவரிக்க முடியாத பரபரப்பு எழுந்தது. காலையில் அங்கம்மாள் இட்டிலிக்கூடையுடன் வீட்டை விட்டு வெளிக்கிளம்பியதும் தேவானை சோளக்காட்டுக்குப் போய்விட்டாள். அத்தை திரும்பிவர நான்கு மணிக்கு மேலாகிவிடும். எப்போதும் மூன்று மணிக்கு முன்னால் திரும்பிவர மாட்டாள்.

அத்தை வருவதற்குள் தேவானை வீட்டுக்கு வந்தால் போதும். அதற்கிடையில் இவர்கள் வீட்டைத் தேடி யாரும் வருபவர்களில்லை. கொஞ்ச நாளாகவே தேவானை தன்னோடொத்த பெண்களுடன் நெருங்கிப் பழகுவதை நிறுத்திக்கொண்டிருந்தாள். இப்படித் திடீரெனத் தன் தந்தையைக் காணவே அவளுக்கு என்ன பேசுவது என்று தெரியவில்லை. வழக்கமாகப் பேச்சுக்கு முன்னால் உதட்டிலே விளையாடும் புன்முறுவலைக்கூடக் காணோம். ஆனால், நாச்சிமுத்து இவைகள் ஒன்றையும் கவனித்ததாகத் தெரியவில்லை. அவனும் ஊமைபோல, வாயடைத்துப் போனவன்போலத்தான் உட்கார்ந்துகொண்டிருந்தான். தன் முன்னால் தேவானை விறகுச் சுமையுடன் நிற்பதைப் பார்த்து, “ஏண்டா சாமி! அந்தச் செமையெத்தான் கீழே போடேன்!” என்றான்.

தேவானைக்கு இதைக் கேட்டதும் எங்கிருந்தோ தெம்பு வந்துவிட்டது. “அப்பா! தூரத்திலிருந்து உன்னெப் பாத்ததும் ஆரோண்ணு இருந்தே! ஒடம்புக்கு என்னப்பா?” என்றாள்.

அவன் உடம்புக்கு என்ன வந்துவிட்டது? ஒன்றும் வரவில்லையே! அவன் உள்ளத்தை அல்லவா ஒரு பெரு நோவு பற்றிக்கொண்டிருக்கிறது!

“அதெல்லா ஒண்ணுமில்லையடா சாமி! கதவைத் தொற! வெய்யில்லே எங்க போயி வெறகு பொறிக்கீட்டு வாரே? உங்க அத்தெ காசு கொடுத்து வாங்காமெ உன்னயா வெறகுக்குப் போகச் சொல்றா?” என்றான் சலிப்புடன்.

தேவானை விறகுச் சுமையைக் கீழே போட்டுவிட்டு முந்தானையில் முடிந்திருந்த சாவியை எடுத்துப் பூட்டைத் திறந்துகொண்டே, “அத்தெ வேண்டாமினுதா சொல்லுவாங்க. நாந்தா எந்நேரம் சும்மாவே உக்காந்துக்கிட்டு இருக்கறதுன்னு போவேன்” என்றாள்.

நாச்சிமுத்து தன் மகளின் முகத்தை உற்றுப் பார்த்துவிட்டு “அதென்னம்மா உம் முகமெல்லா இப்படிக் கன்னிப் போயி செவந்து கெடக்குது?” என்றான்.

தினமும் அத்தை வருமுன் முகத்தைக் கழுவிக் கண்ணாடியில் பார்த்துச் சரிசெய்து கொள்வாள். எதிர்பாராது தன் தந்தையின் கேள்வியைக் கேட்டு அவளுக்கு என்ன சொல்வதென்றே புரியவில்லை. ஆனால் அடுத்த கணமே தன்னைச் சமாளித்துக்கொண்டு, "தெக்குத் தோட்டத்திலே மொளகாய் மாறு காஞ்சு நிண்ணது. போயிப் புடுங்கறப்போ மாறு இடிச்சிட்டதப்பா" என்று தடுமாறிக்கொண்டே சொன்னாள்.

"எங்கம்மா நீ கொண்டாந்திருக்கிற வெறகிலே ஒரு மொளகா மாத்தக்கூடக் காணமே" என்று விறகுக் கட்டைப் பார்த்துக்கொண்டே சொன்னான்.

"அது தா அப்பா! அந்த சங்கிலிப் பையெ, அவுங்க தோட்டத்துலே இருக்கறவன். அத்தனெ மாத்தயும் புடுங்கினதுக்கப்புறம் உடமாட்டேன்னு வந்து குறுக்காட்டிக் கிட்டான். நாசமாப் போகட்டுமின்னு அத்தனயும் உட்டுப்போட்டு வந்திட்டே. இங்கே எங்காச்சும் அத்தெ கிட்ட இட்லிக்கு வருட்டும் பேசிக்கிறேன்" என்று ஒரே மூச்சில் சொல்லி முடித்தாள். அவள் கூறியது அவளுக்கே ஆச்சரியமாக இருந்தது.

அத்தை வருவதற்கு முன்பே தேவானை சமையல் காரியங்களை எல்லாம் முடிந்து வைத்துவிட்டாள். கத்திரிக்காய் என்றால் நாச்சிமுத்துவுக்கு உயிர். முதல் நாள் அத்தை எங்கிருந்தோ கொண்டுவந்திருந்த பிஞ்சுக் கத்திரிக்காய் சாம்பார் வைத்தாள். பக்கத்து வீட்டில் போய் மோர் கொஞ்சம் வாங்கிக்கொண்டு வந்தாள். நாச்சிமுத்து ஊரிலிருந்தால் தினம் காலணாவுக்கு மோர் வாங்குவதுண்டு. எல்லாம் செய்து வைத்துவிட்டுவந்து, "அப்பா சாப்பாடு போடட்டுமா?" என்றாள்.

நாச்சிமுத்து என்ன யோசித்துக்கொண்டிருந்தானோ தெரியவில்லை. "என்ன வேணும்?" என்று கேட்டான்.

தன் தந்தை வந்ததிலிருந்தே ஒரு மாதிரியாக இருப்பது அவளுக்குத் தெரிந்தது. ஆனால் என்ன காரணம்

என்றுதான் தெரியவில்லை. ஊரிலிருந்து வந்தால் எவ்வளவு கலகலப்பாகப் பேசுவான்? எத்தனை விஷயங்கள் சிரிக்கச் சிரிக்கச் சொல்லுவான்? அங்கம்மாள் இவர்கள் பேசிக்கொண்டிருப்பதைப் பார்த்துவிட்டு "இரண்டு நாளைக்கு இப்படிக் கொஞ்சிப்போட்டுப் போயிடறாய்! அப்புறம் புள்ளெ அதே ஏக்கத்திலே சாக வேண்டியதுதான்!" என்று சலித்துக்கொள்வாள். அதைக் கேட்டு இருவரும் சிரிப்பார்கள். ஆனால் அப்படிப்பட்ட நாச்சிமுத்து இன்று மௌனம் சாதிப்பது தலையைத் தொங்கப்போட்டுக்கொண்டு உட்கார்ந்துகொள்வதும் தேவானைக்குப் புரியாத புதிராகத் தானிருந்தது.

"எனக்கு ஒண்ணும் வேண்டாம்."

"சாப்பிடலாம் வாப்பா." என்று மறுபடியும் கூறினாள் தேவானை.

"உனக்குப் பசிச்சாப் போயிச் சாப்பிடம்மா" என்று கூறிவிட்டுத் திண்ணையிலிருந்து இறங்கி வெளிவாசற்படி மீது வந்து உட்கார்ந்துகொண்டான் நாச்சிமுத்து.

அங்கம்மாள் கூடையிலிருந்த தானியங்களை எடுத்து உள்ளே வைக்கச் சொல்லிவிட்டு அடுப்பில் காய்ந்து கொண்டிருந்த வெந்நீர்ப் பாத்திரத்தை இறக்கிக் குளிக்குமிடத்திற்குக் கொண்டுபோனாள்.

அங்கம்மாள் குளித்துவிட்டு வரும் வரையிலும் நாச்சிமுத்து அங்கேயே உட்கார்ந்துகொண்டிருந்தான். நாச்சிமுத்து சாப்பிட வராமல் போகவே ஊறவைத்திருந்த இட்லி அரிசியை எடுத்துக்கொண்டு ஆட்டாங் கல்லுக்குச் சென்றாள் தேவானை.

அங்கம்மாளுக்கு இது வரையிலும் நாச்சிமுத்துவிடம் பேசுவதற்குக்கூட நேரமில்லை. ஆகையால் வெளியில் உட்கார்ந்துகொண்டிருந்த நாச்சிமுத்துவிடம் போய், "ஏ இங்கே தனியா உக்காந்துக்கிட்டே? புள்ளெகிட்டக் கூட ஒண்ணும் பேசாமெ?" என்றாள்.

“இங்கே வாக்கா!” என்று நாச்சிமுத்து கூப்பிட்டான்.

அக்காளும் தம்பியும் வெகுநேரம் வரையிலும் பேசிக்கொண்டிருந்தார்கள். என்ன பேசிக்கொண்டிருந்தார்கள் என்பது அவளுக்குத் தெரியவில்லை. அவள் அடிக்கடி கன்னத்தைத் தடவிக்கொண்டு தனக்குள் சிரித்துக்கொண்டாள். இட்லி மாவு முழுதும் அவள் ஒருத்தியே ஆட்டி முடித்துவிட்டாள். தினமும் அங்கம்மாளும் வேண்டாமென்றால்கூடக் கேட்காமல் அவளும் கூடச் சேர்ந்து ஆட்டுவாள். ஆனால் இன்றோ அத்தையையே காணோம். மாவை எடுத்து வைக்க வேண்டிய இடத்தில் வைத்துவிட்டு மாவுக்கு உப்புப் போடுவதற்கு அத்தையைக் கூப்பிடப் போனாள்.

வெளியில் நாச்சிமுத்துதான் தனியாக உட்கார்ந்து கொண்டிருந்தான். மாலை மங்கல் எங்கும் பரவி இருந்தது. அங்கம்மாள் வீட்டிற்குள் இருப்பாளென்று நினைத்துக்கொண்டு வீட்டுக்குள் சென்று பார்த்தாள். அங்கம்மாள் தலையிலிருந்து கால் வரையிலும் போர்த்திப் படுத்துக்கொண்டிருந்தாள்.

தேவானை முகத்தை மறைத்திருந்த சேலையை நீக்கிவிட்டு, “ஓடம்புக்கு என்ன அத்தெ?” என்று கேட்டு விட்டு அவள் முகத்தைப் பார்த்ததும், “ஐயோ! ஏ அத்தெ இப்படி அழுதிருக்கறீங்க? கண்ணெல்லாம் செவந்து போயிருக்குதே?” என்றாள்.

அங்கம்மாள் வாய் திறந்து ஒன்றும் பேசவில்லை. தேவானையை அருகில் இழுத்துக் கட்டிக்கொண்டு ‘ஓ’ வென அழுதாள்.

தேவானை நிலை கலங்கிவிட்டாள். அவளும் கூடச் சேர்ந்துகொண்டு அழுதாள். ஏன் அழுகிறோம் என்பது தெரியாமலேயே அழுதாள்.

நாச்சிமுத்து வந்த நேரம், அவள் விறகுச் சுமையுடன் வந்தது, கன்னத்தில் என்ன என்று கேட்டது, தன்னிடம்

கலகலப்பாக நடந்துகொள்ளாதது, அத்தையுடன் அவள் தந்தை பேசியது, அத்தை தனியாகப் படுத்துக்கொண்டு அழுவது, எல்லாம் அவள் மனத்திலே ஒரே ஒரு விஷயத்தை ஓயாமல் சொல்லிக்கொண்டிருந்தன. ஆமாம். சந்தேகமில்லை. சுப்ரமணியத்துக்கும் தனக்குமுள்ள நட்பு இவர்களுக்கு எப்படியோ தெரிந்துவிட்டது! இனி என்ன செய்வது? இந்த முகத்தை எங்கு கொண்டுபோய் ஒளிப்பது? இதை உடனே சுப்ரமணியத்திடம் போய்ச் சொல்லி விட வேண்டும் என்று துடித்தது அவள் உள்ளம். இந்த இரவு நேரத்திலே எங்கு போய்ச் சந்திக்க முடியும் அவனை? எப்படித்தான் போக முடியும்? அவனைச் சந்தித்து எப்படியாவது விஷயத்தைச் சொல்லிவிட்டால் போதுமே. அவன் உடனே இதற்கு ஓர் வழி செய்து விடமாட்டானா? அப்படித்தானே சொல்லியிருக்கிறான். அவனுடைய அம்மாகூட ஒத்துக்கொண்டார்களாம். அவனுடைய தாத்தாவின் ஆர்பாட்டத்தினால்தான் இந்தக் காரியத்தைத் தள்ளிப் போட்டிருப்பதாகக் கூடச் சொன்னானே!

இனி அப்பாவைப் போய் எப்படிச் சாப்பிடக் கூப்பிட முடியும்? அத்தையிடம்தான் எப்படிப் பேச முடியும்? தாய்க்குத் தாயாக வளர்ந்து ஆசையுடன் நேசித்துவரும் இந்த அத்தையை இனி எப்படி நெருங்குவாள்?

அங்கம்மாள் இன்னும் அவளைக் கட்டி அணைத்தபடியே கண்ணீர் வடித்துக்கொண்டிருந்தாள் தேவானைக்கு அந்தக் கண்ணீர்த் துளிகள் கொதிக்கும் தணலாக உடம்பையெல்லாம் சுட்டது. கஷ்டப்பட்டு அத்தையின் அணைப்பிலிருந்து தன்னை விடுவித்துக் கொண்டாள். தேவானை விலகியதும் அங்கம்மாள் குப்புறப் படுத்துக்கொண்டு தேம்பித் தேம்பி அழுதாள்.

அங்கம்மாள் அருகில் தேவானையால் உட்கார்ந்து கொண்டிருக்க முடியவில்லை. சிறு வயதிலேயே கைம் பெண்ணாகி, கணவன் வீட்டிலே பிழைக்க வழியின்றி, தாய் வீடு வந்து இங்கும் தன்மானத்தோடு உழைத்துச்

சாப்பிடுபவள் அங்கம்மாள். அம்மாதிரி புனிதவதியைத் தொடக்கூடத் தனக்குத் தகுதியில்லை என்று நினைத்தாள் தேவானை. இன்னும் கலியாணம் கூட ஆகவில்லை. அதற்குள் இந்த அவச் சொல்லா?

தேவானை எழுந்து ஓடினாள். அடுத்த அறைக்குள் சென்று கதவை மூடித் தாழிட்டு விட்டு படுத்துக் கொண்டாள்.

ooo

அடுத்த நாள் காலை அங்கம்மாள் வழக்கம்போல இட்லிகளைச் சுட்டு அடுக்கிக்கொண்டு புறப்பட்டாள். அவள் யாருடனும் அதிகமாகப் பேசவில்லை. இரவு முழுதும் அழுதுகொண்டே இருந்திருப்பாள் போலிருக்கிறது. கண்கள் இரண்டும் கோவைப் பழம் போல் சிவந்திருந்தது. முகம்கூடக் கொஞ்சம் வீங்கியது போலிருந்தது.

நாச்சிமுத்து விடியற் காலையிலேயே எழுந்து வெளியே போனவன் இன்னும் வீடு திரும்பவில்லை. அங்கம்மாளும் வீட்டில் இல்லை. தந்தையையும் காணோம். தேவானைக்கு வீட்டில் கொஞ்சமும் இருப்புக் கொள்ளவில்லை. எப்படியாவது சுப்ரமணியத்தைச் சந்தித்து மனதிலுள்ளதை எல்லாம் கொட்டித் தீர்த்துவிட வேண்டுமென்று எண்ணினாள். சோளக் காட்டுக்குப் போகலாமாவென நினைத்தாள். ஆனால் இந்நேரத்தில் சுப்ரமணியம் அங்கு வந்திருக்க மாட்டானே!

நேரம் ஆகிக்கொண்டே இருந்தது. அவள் இரவு சாப்பிடாமலிருந்தும் கூடக் காலையில் கொஞ்சம் கூட பசி எடுத்ததாகத் தெரியவில்லை. திண்ணையில்

மௌனமாக உட்கார்ந்துகொண்டிருந்தாள். காலையில் வீட்டு வேலையும் அதிகமில்லை. இன்னும் இரண்டு குடம் தண்ணீர் எடுக்க வேண்டியதுதான் பாக்கி இருந்தது. ஆகையால் குடத்தை எடுத்து இடுப்பில் வைத்துக் கொண்டு வாசல் வெளிக் கதவைச் சும்மா சாத்திவிட்டுத் தண்ணீர்க் கிணற்றை நோக்கிப் புறப்பட்டாள்.

வீட்டை விட்டுக் கிளம்பி பொன்ன பண்டாரம் வீட்டைத் தாண்டிப் போகும்போது, பொன்ன பண்டாரம் மனைவி மாரியக்காளும் இன்னும் நாலைந்து பெண்களும் குசுகுசு என்று பேசிக்கொண்டிருந்தவர்கள் இவள் தலையைக் கண்டதும் பேசுவதை நிறுத்திக்கொள்வது தெரிந்தது. வெறுங் குடத்துடன் அவர்கள் சம்பாஷணையில் சுவாரசியமாக லயித்துப் போயிருந்த நாச்சக்காளைத் தேவானை கூப்பிட்டாள். ஆனால் எப்போதும் இவளோடு குதி போட்டுக்கொண்டு தண்ணீர்க் கிணற்றுக்கு வரும் நாச்சக்காள் கூட, “நீ போ! வாரேன்” என்றாள்.

தேவானை நீர் மொண்டுகொண்டு நிறை குடத்துடன் வீடு வந்துசேர்ந்தாள். வெளிக் கதவு திறந்திருந்தது. இவைகள் எல்லாவற்றையும் விட ஒரு பேராச்சரியம் அங்கே காத்துக் கொண்டிருந்தது. தன் தந்தையுடன் வீட்டுத் திண்ணையில் கருப்பண முதலியார் உட்கார்ந்துகொண்டு மெதுவாகப் பேசிக்கொண்டிருப்பதைப் பார்த்தாள்.

இப்போது அவளுக்கு இன்னொரு விஷயம் புதிதாகத் தோன்றியது. கருப்பண முதலியார் தன் மகனுக்குப் பெண் தேடிக்கொண்டிருப்பது எல்லோருக்கும் தெரியும். ஒரு வேளை அப்படியும் இருக்கக் கூடுமோ என்று சிந்தித்தாள். சேச்சே! ஒருக்காலும் அப்படி இருக்க முடியாது. சதா தறிக்குழியே சதம் என்று அழுந்திக்கிடக்கும் கருப்பண முதலியாரின் சொறி சிரங்கு பிடித்த பயலுக்கா தன் அப்பா கலியாணம் செய்து கொடுப்பார்? அவர்தான் பணக்கார மாப்பிள்ளை பார்ப்பவராச்சே! இந்த அன்னக் காவடிகளை அவர் ஒரு பொருட்டாக மதிக்கவா செய்வார்?

பின் எதற்காக கருப்பண முதலியார் தம் வீடு தேடி வந்து பேச வேண்டும். இது ஒரு நாளுமில்லாத புதுமையாக இருக்கிறதே?

எங்கோ இந்தப் பக்கம் வந்திருப்பார். எப்போது ஊரிலிருந்து வந்தாய் என்று கேட்டுக்கொண் டிருக்கலாமல்லவா?

ஆனால் இந்தக் காரணமும் அவள் மனதுக்குத் திருப்தியாகப் படவில்லை. வேறு காரணமும் தெரியாமல் குழப்பமடைந்தாள்.

தேவானை வீட்டுக்குள் தண்ணீர்க் குடத்தை இறக்கி வைத்துவிட்டு வெளியில் வந்து பார்த்தாள். தனது தந்தை மட்டிலும்தான் ஆழ்ந்த யோசனையுடன் உட்கார்ந்துகொண்டிருந்தார். கருப்பண முதலியார் சென்று விட்டிருந்தார். தன் தந்தைக்காக எடுத்து வைத்திருந்த இட்லிகள் ஆறிப் போகாமலிருக்க இட்லிப் பானையிலேயே வைக்கப்பட்டிருந்தது. அவனை இட்லி சாப்பிடக் கூப்பிட வேண்டுமென்று நினைத்தாள். ஆனால் வாய் திறந்து கூப்பிட முடியவில்லை. கதவோரத்தில் நின்று கொண்டே தன் தந்தையை உற்று நோக்கினாள். திடீரென நாச்சிமுத்து கிழவனாகி விட்டது போல் தோன்றியது அவளுக்கு. எப்படியோ உயிரைப் பிடித்துக்கொண்டு, "அப்பா, இட்லி சாப்பிடலயா?" என்றாள்.

நாச்சிமுத்து மகள் இருந்த பக்கம் திரும்பிப் பார்த்துக் கொண்டு, "தண்ணி கொடம்மா!" என்றான்.

அவனுடைய வார்த்தைகள் வேதனை அடைந்துள்ள அவளுடைய மனதுக்கு இதமாக இருந்தது. ஒரு சொம்பு தண்ணீர் கொண்டுபோய்க் கொடுத்துவிட்டு வீட்டிற்குள் ஒரு தட்டில் இரண்டு இட்லியை எடுத்துவைத்தாள்.

நாச்சிமுத்து வீட்டிற்குள் வந்து இட்லித் தட்டின் முன் உட்கார்ந்தான்.

அறுவடை

தேவானை ஒரு டம்ளரில் காபியைக் கொண்டு வந்து முன்னால் வைத்துவிட்டு, "ஏம்பா? இன்னும் சாப்பிடலெ?" என்று ஆச்சரியத்துடன் கேட்டாள்.

"சாப்பிடறேன்! சாப்பிடறேன்!" என்று கூறிக் கொண்டே மகள் முகத்தை உற்றுப் பார்த்துவிட்டுக் கீழே குனிந்துகொண்டான்.

தேவானையால் சகிக்க முடியவில்லை. அவளுக்குத் திடீரெனத் தைரியம் வந்துவிட்டது. "ஏப்பா இப்படி முழிச்சு முழிச்சுப் பாக்கறே? அத்தெயும் சும்மா அழுதுகிட்டே இருக்கறாங்க? நா என்னப்பா தப்புப் பண்ணீட்டேன்?" என்றாள் கண்ணைக் கசக்கிக்கொண்டே.

நாச்சிமுத்துவினால் உடனே பதில் சொல்ல முடிய வில்லை. வாயில் போட்டிருந்த இட்லியை விழுங்கவும் முடியவில்லை. காபி டம்ளரை எடுத்து ஒரு வாய் குடித்து விட்டுக் கீழே வைத்து விட்டான்.

"நீ என்னடா சாமி தப்புப் பண்ணப்போகிறாய்..." என்று கூறிவிட்டு நிறுத்தினான்.

இந்த ஒரு வார்த்தை அவளுடைய துக்கம் துன்பம் சோகம் அனைத்தையும் ஒரு நொடியில் போக்கிவிட்டது. அப்பா! இந்த வார்த்தையில் தான் என்ன மந்திரசக்தி ஒளிந்துகொண்டிருந்தது. தான் தப்பு செய்யவில்லை. தான் தப்பு செய்யாதவள் என்ற எண்ணம் மனதில் தோன்றவே அவள் பழைய தேவானை ஆகிவிட்டாள். உதட்டிலே பழைய புன்முறுவல், பார்வையிலே அந்தக் குறுகுறுப்பு எல்லாம் பழையபடி வந்துவிட்டன. அவள் குழந்தைபோல தன் தந்தையின் அருகில் வந்து உட்கார்ந்துகொண்டு காபி டம்ளரை எடுத்து அவன் கையில் கொடுத்தாள்; அவன் மடியில் படுத்துக் குழந்தைபோலப் புரள வேண்டு மென்றிருந்தது அவளுக்கு.

நாச்சிமுத்து பேச முயற்சித்துப் பேசியே விட்டான். "நான் இப்பொ எங்கிருந்து வாரேன் தெரியுமா?" என்று

சொல்லும்போதே அவனையும் மீறிப் பொங்கிவரும் விம்மலை அடக்கிக்கொண்டான். ஆனால் கண்ணீரை அடக்க முடியவில்லை.

தேவானை பிரமிப்படைந்தாள். அவளுடைய உற்சாகமெல்லாம் காற்று வாக்கில் போய்விட்டது. ஒன்றும் புரியாவிட்டாலும் கூடத் தன் தந்தையின் கண்ணீரை முந்தானையால் துடைக்க முன்வந்தாள். ஆனால் அதற்குள் நாச்சிமுத்துவே வேஷ்டித் தலைப்பால் கண்ணீரைத் துடைத்துக்கொண்டான்.

தேவானை அவனையே பார்த்துக்கொண்டிருந்தாள்.

நாச்சிமுத்து தொண்டையைக் கனைத்துக்கொண்டு, "என்னெ ஜெயில்லிருந்து சின்னப்ப முதலியார் மீட்டு கிட்டு வந்திருக்கறாரு. அவராதம் கட்ட முடியலெ. மூணு மாசம் போட்டுட்டாங்க!" என்னப் புடுச்சிகிட்டுப் போற போது கருப்பண முதலியார், மகராசன் தெய்வமாட்ட எதிரிலே வந்தாரு! அவர் கையிலிருந்த பணத்தெக் கொடுக்காட்டிப் போனா, இப்பொ நா ஜெயிலுக்குள்ளெ இருந்திருப்பே! அப்புறம் வெளியிலெ வந்தாத்தா நா உசிரோடவா இருக்கப் போறேன்? உன்னத்தா பார்க்கவா போறேன் . . ." என்று கூறிக்கொண்டே மகளைக் கட்டிக்கொண்டு அழுதான்.

தேவானையையாரோ ஆகாயத்திற்குத்தூக்கிக்கொண்டு போய்க் கீழே பொத்தென்று போட்டதுபோலிருந்தது. தன் தந்தையின் தலை முகமெல்லாம் தடவிப் பார்த்துக் கொண்டாள். தன் அப்பா இப்போது தன் முன்னால் தான் பேசிக்கொண்டிருக்கிறான். ஜெயிலுக்குள் இல்லை. கல்லுடைக்க மாட்டான். செக்கிழுக்க மாட்டான். தன்னோடு கூடவே இருப்பான். இனி ஒரு அடி கூட தன் அப்பாவை அப்புறம் போகவிடமாட்டாள். என்ன ஆச்சரியம்! கருப்பண முதலியாரிடம் அத்தனை பணம் ஏது? எத்தனை ரூபாய் அபராதம் போட்டார்களோ? சின்னப்ப முதலியார் எவ்வளவு நல்ல மனிதர்? எல்லோரும்

அவரைப் பற்றி என்னவெல்லாமோ சொல்கிறார்களே! பாவிகள்!

"நீ எங்காச்சும் பணம் திருடினியாப்பா? ஏப்பா ஜெயிலுக்குக் கொண்டு போனாங்க?" என்றாள் தேவானை.

பணம்! பணம்! என்று அலையும் தன் தந்தை பணத்திற்காகத் திருடினால்கூட அவள் ஆச்சரியப்பட மாட்டாள்.

மகளுடைய கேள்வி தந்தையின் உள்ளத்தைக் கசக்கிப் பிழிந்தது. தான் திருடன்தான்! ஆமாம்! திருடனை விடக்கூடக் கொடியவன்தான் என்று நினைத்துக் கொண்டான். ஆனால் சிரிப்பை வரவழைத்துக்கொண்டு "நா எதுக்கடா திருடப் போறேன்?" என்றான்.

தந்தை திருடவில்லை என்று கேட்டதும் அவள் ஆறுதலடைந்தாள். "எத்தனை ரூபாய் அபராதம் போட்டாங்க அப்பா?" என்றாள்.

"ஆயிரம் ரூபாய்?"

"ஆயிரமா? அடக் கடவுளே! அத்தனெ பணம் ஏதப்பா கருப்பண முதலியாரிடம்?"

இந்தக் கேள்விக்கு நாச்சிமுத்து நேரடியாகப் பதில் சொல்லவில்லை. "சின்னப்ப முதலியார் கலியாணம் பண்ணிக்கப் போறது தெரியாதா உனக்கு? வார மகராசி ராசாத்தியாட்ட மிருப்பா. எத்தனெ நாளக்கி அவர் தனியாகக் கஷ்டப்படுவாரு? பொண்ணுப் புள்ளெக்கு நகை போடச் சொல்லிக் கொடுத்துட்டிருக்கறாரு. அந்தப் பணத்தைக் கொண்டாந்து கட்டீட்டாரு. சொன்ன கெடுவிலே நகை போடலீன்னு அந்தப் பொண்ணும் போச்சு நம்மாலே..."

கருப்பண முதலியார் சொல்லிக் கொடுத்தபடியே தன் மகளிடம் எப்படியோ ஒப்பித்துவிட்டான். ஆனால்

மகள் மனதில் என்ன நினைக்கிறாள் என்பதைக் கண்டு கொள்ள முடியவில்லை.

தேவானை ஒன்றும் பேசவில்லை. கீழே குனிந்தபடியே அவன் எதிரில் உட்கார்ந்துகொண்டிருந்தாள்.

மறுபடியும் நாச்சிமுத்துதான் பேசினான். "உன்னெச் சின்னப்ப முதலியாருக்குக் கட்டிக் கொடுப்பதுன்னு தீர்மானம் பண்ணிட்டேன்" என்றான்.

தேவானை ஒன்றும் பேசவில்லை. அழக்கூட இல்லை. சிரிக்கக்கூட இல்லை.

"எத்தனெ நாளைக்கடா இப்படியே கஷ்டப்படறது?" இதற்கும் தேவானை ஒன்றும் பேசவில்லை.

"ஏராளமா நகை போடப் போறாரு. தம் சொத்தெல்லாம் உம்பேருக்கு எழுதி வைக்கப் போறாரு,"

தேவானை ஊமையாகி விட்டாளா? ஏன் பேசமாட்டேனென்கிறாள்? அவளுக்குத் தந்தை கூறிய வார்த்தைகள் எங்கோ கிணற்றுக்குள்ளிருந்து கேட்பது போலிருந்தது. அத்தை ஏன் அழுதாள்? ஏன் தன்னிடம் ஒன்றும் கூறவில்லை என்பது எல்லாவற்றிற்கும் விடை கிடைத்துவிட்டது.

சின்னப்ப முதலியார் மணக்கோலத்துடன் தன் அருகில் உட்கார்ந்துகொண்டிருக்கிறார். பட்டு பீதாம்பரம் அணிந்து கைவிரல்களில் மோதிரம் பளபளக்க புன்முறுவல் செய்கிறார். வீடு முழுதும் ஜனங்கள் நிறைந்திருக்கிறார்கள். மணப்பந்தல் அழகாக ஜோடிக்கப்பட்டிருக்கிறது. 'கெட்டி மேளம்! கெட்டி மேளம்!' என்ற சத்தம் கேட்கிறது. இவள் கையில் ஒரு ரோஜாப்பூ மாலையைக் கொடுத்து சின்னப்ப முதலியார் கழுத்தில் அணிவிக்கச் சொல்கிறார்கள். மாலையை வாங்குகிறாள். எதிரில் தந்தையும் நின்று கொண்டு தானிருக்கிறான். சின்னப்ப முதலியார்

கழுத்தில் மாலையைப் போடுகிறாள். அடுத்தகணமே மணமேடையின் அலங்காரங்களெல்லாம் பூந்தேருக்குச் செய்துள்ள அலங்காரங்களாக மாறுகிறது. ரோஜாப்பூ மாலையா அது? கிடையவே கிடையாது. எருக்கலை மாலையல்லவா அது? சின்னப்ப முதலியார் பழையபடியே தான் உட்கார்ந்துகொண்டிருக்கிறார். அவருடைய அலங்காரங்களும் அப்படியே தானிருக்கின்றன. ஆனால் ஒரே ஒரு வித்தியாசம். இப்போது கண்களைத் திறக்கவில்லை. மூடியிருக்கின்றன. மூக்குத் துவாரத்தில் எதற்காகப் பஞ்சு வைத்து அடைத்திருக்கிறார்கள்? வாய் கூடக் கொஞ்சம் திறந்து தானிருக்கிறது. பழுப்பேறிய பற்கள் பார்ப்பதற்கு விகாரமாக யிருக்கிறதே! கொட்டு மேளம் பறையொலிபோலக் கேட்கிறதே. பார்க்கப் பார்க்கப் பயமாயிருக்கிறதே. தேவானையால் உட்கார்ந்திருக்க முடியவில்லை. "ஐயோ! அப்பா!" என்று கூவிக்கொண்டே குப்புற விழுந்து நாச்சிமுத்துவின் காலைப் பிடித்துக்கொண் டாள்.

8

உச்சிவேளை. சின்னப்ப முதலியார் தோட்டத்திலே சோளக் கதிர்கள் அறுவடை யாகிக் கொண்டிருந்தன. பாலைமரப் பகுதிக்குக் கொஞ்ச தூரத்தில்தான் ஆண்களும் பெண்களும் சோளக் கதிர் களைக் கொய்து கொண்டிருந்தார்கள். பாத்தி பாத்தியாக ஆட்கள் கதிர் கொய்கிறவர்களுக்குப் பின்னால் சோளத்தட்டை பிடுங்கிக் கொண்டு வந்தார்கள். நாளை சோளக் காட்டிற்குள் பாலை மரம் ஒன்றுதான் நின்றுகொண்டிருக்கும்.

ஆர். ஷண்முகசுந்தரம்

இன்று தேவானை சோளக் காட்டுக்கு வந்து சேருவதற்குள் வெகு பாடு பட்டுவிட்டாள். கலியாணம் நிச்சயமானவுடன் இவள் வீட்டை விட்டே வெளி வருவதை நிறுத்திக்கொண்டாள். அங்கம்மாளும் இப்போது இட்லி வியாபாரத்திற்குப் போவதில்லை. ஆகையால் தண்ணீர் எடுக்கக்கூட அங்கம்மாளே போய்வந்தாள். எப்படியும் சுப்ரமணியத்தைச் சந்திக்க வேண்டுமென்று தேவானை துடித்துக்கொண்டிருந்தாள். இன்று மத்தியானம் அங்கம்மாள் படுத்துத் தூங்கிக்கொண்டிருந்தாள். நாச்சிமுத்துவுக்கு இப்போது ஓய்வு ஒழிச்சலே இல்லை. திருப்பூர் போவதும் ஈரோடு போவதும் சாமான்கள் வாங்கிவந்து குவிப்பதுமாக இருந்தான். ஆகையால் இன்று சமயம் கிடைக்கவே எப்படியோ யார் கண்ணிலும் படாமல் சோளக் காட்டுக்கு வந்துசேர்ந்தாள்.

பாலை மரம்தான் அவளை தலையசைத்து வரவேற்றது. வரும்போது கிணற்று மேட்டில் யாரோ சுப்ரமணியத்தைப் போல உட்கார்ந்துகொண்டிருந்தது தெரிந்தது. அவனுங்கூட இவள் வருவதைப் பார்த்திருக்கக் கூடும். மரத்தின் வேர்மீது போய் உட்கார்ந்துகொண்டாள்.

தூரத்திலே கதிர் கொய்பவர்களின் பேச்சுக்குரல் கேட்டுக்கொண்டிருந்தது. தேவானைக்குச் சுப்ரமணியம் தன் பின்னால் வந்து தொடும் வரையிலும் தெரியவில்லை. திடுக்கிட்டுத் திரும்பிப் பார்த்தாள். சுப்ரமணியம் அவளைப் பார்த்துச் சிரித்தபடி நின்றுகொண்டிருந்தான்.

தேவானைக்கு அவனைக் கண்டதும் துக்கம் பீறிட்டுக் கொண்டு வந்தது. அவனைக் கட்டிப் பிடித்துக்கொண்டு ஆசை தீர அழ வேண்டும் போலிருந்தது.

அவனால் எப்படிச் சிரிக்க முடிகிறது? ஆண் பிள்ளை அல்லவா? துன்பத்தைப் புன்முறுவலுடன் வரவேற்கிறான் போலும்.

என்னவெல்லாமோ சொல்ல வேண்டுமென்று எண்ணிக்கொண்டு வந்தாள். ஆனால் அவைகளை எல்லாம் மறந்துவிட்டு, "எங்கே போயிட்டீங்க, என்னக் காக்க வச்சிட்டு?" என்று தடுமாறிக்கொண்டே கூறினாள்.

சுப்ரமணியம் பழையபடியே சிரித்துக்கொண்டு "உனக்குக் கலியணாணப் பந்தல் போடப் போயிருந்தேன்" என்றான்.

தேவானை ஒன்று பேசவில்லை. அவள் பேச வாயெடுத்தால் அழுகை பொத்துக்கொண்டு வருகிறதே இந்தச் சமயத்திலா விளையாடுவது என்று நினைத்துக் கொண்டு, "இனி என்ன பண்றதுங்க?" என்றாள்.

"கலியாணம் பண்ணிக்கறது" என்று கூறிவிட்டுக் கடகடவெனச் சிரித்தான் சுப்ரமணியம்.

தேவானை அவனை வெறித்துப் பார்த்தாள்.

"எவனயாவது கட்டிக்கிட்டு எங்காச்சும் போயிருந்தயானால் நமக்கு எவ்வளவு கஷ்டம்? எங்க தாத்தனெக் கட்டிக்கிறது நல்லதாப் போச்சு!" என்றான்.

ஆமாம்! சுப்ரமணியன்தான் இப்படிக் கூறினான். தன் முன்னால்தான் பேசிக்கொண்டிருக்கிறான். தேவானை இதற்கு என்ன சொல்லுவாள்?

"நீங்க சொன்ன தெல்லாம் பொய்தானா?" அவள் குரல் கணீரென ஒலித்தது.

"நான் சொன்னதுநெசந்தான். ஆனால் அது பொய்யாப் போனதுக்கு நா என்ன செய்யட்டும்?"

தேவானை அவளையே பார்த்துக்கொண்டிருந்தாள். அவனிடம் என்ன பேசுவதென்றே அவளுக்குத் தெரிய வில்லை.

"எனக்கு ஒரு உபகாரம் பண்றீங்களா?"

"என்ன?"

"நாம சினேகிதமா இருந்ததெ ஊருக்குளெ எல்லாத்தெ கிட்டெயும் சொல்லிடுங்களே?"

இந்தப் பெண்ணுக்குத்தான் என்ன துணிச்சல்! அபவாதத்தை வலிய ஏற்றுக்கொள்ள விரும்புகிறாளே?

"அதுலெ உனக்கு என்ன லாபம்?"

"உங்க தாத்தாவிடமிருந்து தப்பிச்சுக்குவேன்."

"அவரு உன்னெக் கலியாணம் பண்ணிக்கமாட்டாருண்ணு நெனச்சிக்கிட்டயா?"

"ஆமா!"

"தாத்தாகிட்டிருந்து தப்பிச்சிக்கிட்டாலும் வேறொருத்தனும் கட்டிக்கமாட்டானே?"

"எனக்குக் கல்யாணமே வேண்டாம்!"

"ஆனா எனக்குக் கல்யாணம் பண்ணாமெ எங்கம்மா உடமாட்டாளே! எனக்கு அப்புறம் யாரு பொண்ணு கொடுப்பாங்க?"

தேவானை மௌனமானாள். வந்தபோதிருந்த துக்கம் இப்போது குறைந்துபோய்க் கோபம்தான் வந்தது. இருந்தாலும் கோபத்தை அடக்கிக்கொண்டு, "உங்களெ நம்பினதுக்கு இந்த உபகாரமாவது செய்யக் கூடாதா?" என்றாள்.

"இதுக்கெல்லாம் எங்க தாத்தா மசியமாட்டார். இதுக்கு முன்னாலே படிதாண்டாப் பத்தினிகளெத்தான் கூட்டிக்கிட்டு வந்து வச்சிருந்தாரா? எல்லா தேவடியாள்கள் தானே?"

மின்னலில் தாக்குண்டவள்போல் தேவானை துடித்தாள். இவளைப்போல ஒரு தேவடியாளைக் கலியாணம் செய்துகொள்ள அவனுடைய தாத்தா தயங்க மாட்டாரராம்!

'பளார்' என்று சுப்ரமணியத்தின் கன்னத்தில் ஒரு அறை கொடுத்துவிட்டு அவன் முகத்திலே காறித் துப்பினாள். பிறகு தேவானை அங்கிருந்து சிட்டாகப் பறந்துவிட்டாள்.

9

சின்னப்ப முதலியார் கலியாணத்தை விமரிசையாகவே நடத்த வேண்டும் என்று கருப்பண முதலியாரிடம் சொல்லிவிட்டார். அப்புறம் கேட்க வேண்டுமா?

இந்தக் கலியாணம் முடிந்த பிறகு ஒரு தம்பிடி கூடச் சின்னப்ப முதலியாரிடமிருந்து கறக்க முடியாதென்பது கருப்பண முதலியாருக்கு நன்கு தெரியும். ஆகையால் பெரும் விமரிசையாகவே கருப்பண முதலியார் கலியாண ஏற்பாடுகளைச் செய்திருந்தார். தன் மகனுடைய கலியாண ஜவுளிகளை எல்லாம்கூட இந்தச் செலவிலேயே சேர்த்துக் கொண்டார். அதோடு அரிசி பருப்பு முதலிய சாமான்களும் மூட்டை மூட்டையாக கருப்பண முதலியார் வீட்டுக்குப் போய்ச் சேர்ந்தன. நாச்சிமுத்துவுக்கு இதன் மீதெல்லாம் ஒரு கண் உண்டு. இருந்து என்ன செய்ய முடியும்? கருப்பண முதலியார்தானே இன்று மாப்பிள்ளை வீட்டுக்காரர்! கலியாணம் ஆகட்டும் பேசிக்கொள்கிறேன் என்று நாச்சிமுத்துவும் பல்லைக் கடித்துக்கொண்டிருந்தான். அதோடு புதிதாக நல்ல துணியில் ஓபன் கோட்டும் ஷர்ட்டும் பூட்சும் வாங்கியதும் நாச்சிமுத்துவுக்கு இந்த உலகமே சுவர்க்கலோகமாக மாறியது.

இரவு முழுவதும் சீர் நடந்துகொண்டிருந்தது. முதலியாருக்கு இது இரண்டாங் கலியாணம் தேனே?

ஆகையால் அவருக்கு எந்தவிதச் சீரும் கிடையாது. பெண்ணுக்கு நடக்க வேண்டிய சீர்களை எல்லாம் சின்னப்ப முதலியாரின் மருமகளே முன்னிருந்து நடத்தி வைத்துக்கொண்டிருந்தாள். வீண் பயமுறுத்தல்களினால் காரியம் பலிக்காது. சொத்து முழுதும் அடியோடு போய்விடும். கிழவன் பட்டை நாமம் சாத்திவிட்டுப் போய்விடுவான் என்று உறுதியாகத் தெரியவே மகனும் மருமகளும் பேரனும் கலியாணத்தை முன்னிருந்து நடத்த வந்துவிட்டார்கள்.

முதலியாருடைய மகளிருவரும் கணவன்மார்களுடன் இன்னும் ஏதாவது கடைசி கடைசியாகக் கிடைக்குமா என்று வந்திருந்தார்கள். மருமக்கமார்கள் இருவரும் நல்ல நிலைமையில் இருப்பவர்கள்தான். இருந்தாலும் பிறந்த வீட்டிலிருந்து தட்டிக் கொண்டுபோகும் ஆசை பெண்களுக்குக் குறைந்தாவிடும்? அதில்தானே அவர்களுக்குப் பெருமை இருக்கிறது.

கலியாண வீட்டில் ஏகப்பட்ட கூட்டம். முதலியாருக்கு ஏற்பட்டுள்ள ஆனந்தத்தை என்னவென்று சொல்வது. அவர் தம் அறைக்குள்ளேயே இருந்தார். யாரையும் பார்க்க விடவேண்டாம் என்று கருப்பண முதலியாரிடம் கண்டிப்பாகச் சொல்லிவிட்டார். இது கருப்பண முதலியாருக்கு ஆச்சரியமாக இருந்தது.

இரவு சாப்பாடு முடிந்துவிட்டது. ஆனாலும் வீட்டில் கூட்டம் குறையவில்லை. பெண்ணிற்கான சீர் வகைகள் நடந்துகொண்டிருந்தன.

நேரம் ஆக ஆக நாச்சிமுத்துவுக்குப் பரபரப்பு அதிகமாகியது. ஓரிடத்திலும் நிற்க முடியவில்லை. அங்கு மிங்கும் அலைமோதிக் கொண்டிருந்தான். அடிக்கொரு தடவை தனது பழைய எஜமானரும் புதிய மருமகப் பிள்ளையுமாகிய சின்னப்ப முதலியாரைப் போய்ப் பார்க்கத் தவறவில்லை.

முகூர்த்த நேரம் நெருங்கிவிட்டது. மணவறைக்கு வரப் பெண் தயார். மாப்பிள்ளை அலங்காரங்களெல்லாம் முடிந்து அவரும் ஓய்வு எடுத்துக் கொண்டார். தேவானை சுமக்க முடியாமல் போட்டிருக்கும் நகை திணுசுகளையும், விலை உயர்ந்த சேலை கட்டியிருப்பதையும் பார்க்க அங்கம்மாள் கூடச் சற்று ஆறுதலடைந்தாள்.

"மாப்பிள்ளையையும் பெண்ணையும் அழைத்து வாருங்கோ !" என்று புரோகிதர் உத்தரவிட்டார்.

மாப்பிள்ளை அறைக்குள் கருப்பண முதலியார் ஓடிப்போய் "வாங்க! மாமா! நேரமாச்சு!" என்றார்.

சின்னப்ப முதலியார் ஆசையாது படுத்துக்கொண் டிருந்தார். கருப்பண முதலியார் அருகில் சென்று காலைத் தட்டி அசைத்துக்கொண்டு, "நேரமாச்சுங்க மாமா !" என்று கொஞ்சம் பலமாகக் கூறினார்.

இதற்கும் பதில் இல்லாமல் போகவே முதலியாருடைய முகத்தை உற்றுப் பார்த்தார், பிறகு தலையருகில் சென்று கீழே குனிந்து முகத்தைப் பார்த்தார். அப்புறம் தம் கை விரலை மூக்கருகில் கொண்டுபோய் சுவாசம் வருகிறதா என்று ஆராய்ந்தார். கருப்பண முதலியார் பீதியடைந்தார். கால்கள் நடுங்கின. கதவை இழுத்துச் சாத்திவிட்டு நடக்க முடியாமல் வெளியே நடந்துபோய் நாச்சிமுத்துவைத் தேடினார்.

'கலியாண மாப்பிள்ளை இறந்து விட்டார்' என்ற செய்தி கலியாண வீட்டையே பெருத்த கலவரத்தில் ஆழ்த்தியது.

"அநியாயமா வெசத்தெக் கொடுத்துக் கொன்னுட்டாங் களே சண்டாளர்கள் !" என்று கூக்குரலிட்டான் நாச்சிமுத்து.

கருப்பண முதலியார் எவ்வளவோ சொல்லிப் பார்த்தார். "மகளயும் கொண்ணாலும் கொண்ணு போடுவாங்க பாவிகள்" என்று மகளை அறைக்குள் தள்ளி பூட்டிவிட்டுச் சாவியை வைத்துக்கொண்டான். போலீஸ் வராமல் பிணத்தருகில் யாரும் போகக்கூடாதென்று தடுத்து விட்டான் நாச்சிமுத்து.

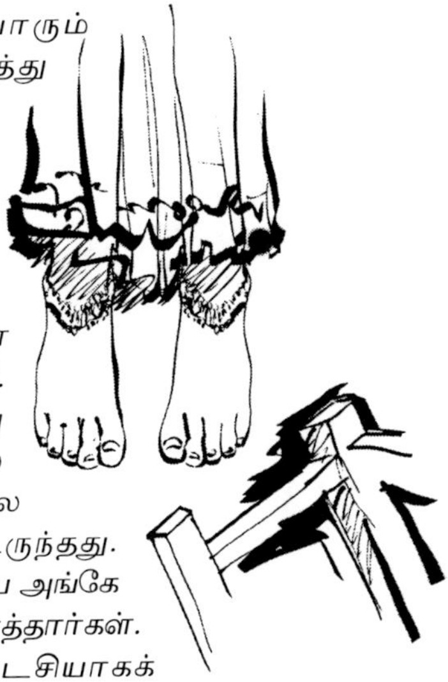

போலீஸ் வரவழைக்கப் பட்டது. போலீஸ் முறைப்படி விசாரிக்கத் தொடங்கியது. கலியாணப் பெண்ணை அழைத்து வரும்படி உத்தரவிட்டார் போலீஸ் அதிகாரி. நாச்சிமுத்து பூட்டைத் திறந்து கதவைத் திறந்தான். ஆனால் கதவைத் திறக்க முடியவில்லை உள் பக்கம் தாழிடப்பட்டிருந்தது. அதற்குள் போலீஸ் அதிகாரியே அங்கே வந்தார். கதவைத் தட்டிப் பார்த்தார்கள். திறக்க முடியவில்லை. கடைசியாகக் கதவை உடைத்துப் பார்த்தார்கள். மணக்கோலத்துடன் கலியாணப் பெண் விட்டத்தில் கழுத்துக்குச் சுருக்கிட்டுத் தொங்கிக் கொண்டிருந்ததைக் கண்டார்கள்.

அறுவடை